ജോയ് ടി. ആലപ്പാട്

1968ൽ കൊല്ലം ജില്ലയിലെ കരുനാഗപ്പള്ളി ആലപ്പാട് പഞ്ചായത്തിൽ ജനനം. പിതാവ്: ജി. ത്യാഗരാജൻ, മാതാവ്: ബി. വിലാസിനി.

തിരുവനന്തപുരം മാർ ഈവാനിയോസ് കോളേജിൽനിന്നും രസതന്ത്രത്തിൽ ബിരുദാനന്തര ബിരുദവും ബി.എഡും.

20 വർഷത്തിലധികമായി സംസ്ഥാന സ്കൂൾ ശാസ്ത്രമേളയിൽ വിദ്യാർത്ഥികളെ പങ്കെടുപ്പിച്ച് കൊണ്ടിരിക്കുന്നു. ദേശീയ ബാല ശാസ്ത്ര കോൺഗ്രസിൽ നിരവധി വിദ്യാർത്ഥികൾക്കു മാർഗരേഖ നല്കികൊണ്ടിരിക്കുന്നു. ഇൻസ്പെയർ അവാർഡിന് വിദ്യാർഥികളെ തയ്യാറാക്കുന്നു. സ്കൂൾ ശാസ്ത്രമേളകളിലും സി.വി. രാമൻ ഉപന്യാസ രചനയിലും വിധി കർത്താവായി പ്രവർത്തിച്ചിട്ടുണ്ട്. സംസ്ഥാന ശാസ്ത്രമേളയിൽ ഹയർ സെക്കൻഡറി അധ്യാപകരുടെ റിസേർച്ച് പ്രോജക്ട് വിഭാഗത്തിൽ സമ്മാനവും എ ഗ്രേഡും ക്യാഷ് അവാർഡും ലഭിച്ചിട്ടുണ്ട്. 2023ൽ പാലക്കാട് നടന്ന ഐഡിയ മീറ്റിൽ പ്രബന്ധം അവതരിപ്പിച്ചു.

ഭാര്യ: പ്രിയ എസ്.

മകൾ: അനിക പ്രിയ ജോയ്

വിലാസം: വരമ്പത്ത്, കുഴിത്തുറ പി.ഒ, കൊല്ലം-690542

ഫോൺ: 6238037307

Email: joysa047@gmail.com

Malayalam Language
School Shasthramela
(Science)
by
Joy T Alappat

♦

Published in September 2023
by Kairali Books Private Limited
Thalikkavu Road, Kannur.
Ph : 0497-2761200
Email : kairalibooksknr@gmail.com

♦

Cover Design
Prasanth Mangad

♦

55/23-24/Sl.No.1480/500/NS 18.6
ISBN 978-93-5973-625-9

സ്കൂൾ ശാസ്ത്രമേള
നൂതന പ്രോജക്ടുകൾ

ജോയ് ടി. ആലപ്പാട്

കൈരളി ബുക്സ്

ആമുഖം

ശാസ്ത്രാന്വേഷണ പ്രോജക്ടുകളുടെ ആഴങ്ങളിലേക്ക് ഏവർക്കും സ്വാഗതം. ലോവർ പ്രൈമറിതലം മുതൽ ഹയർ സെക്കന്ററി തലം വരെയും, ഡിഗ്രിതലം മുതൽ പോസ്റ്റ് ഗ്രാജുവേറ്റ് തലം വരെയും പഠനം വ്യാപിച്ചിട്ടുണ്ടെങ്കിലും ഒരു ശാസ്ത്ര പ്രൊജക്ട് എങ്ങനെ നന്നായി എഴുതണം എന്ന് പലർക്കും അറിവുള്ളതല്ല. ഇതിനാധാരമായ പുസ്ത കങ്ങൾ വിപണിയിൽ ലഭ്യവുമല്ല. ശാസ്ത്രവിദ്യാർത്ഥികളുടെയും അധ്യാപകരുടെയും അഭ്യർത്ഥനയാണ് ഇത്തരത്തിലൊരു പുസ്തകം എഴുതുവാൻ പ്രേരണയായത്. ഋഷി പ്രോക്തങ്ങളായ അറിവുകളാണ് ഇന്നത്തെ ശാസ്ത്രയുഗത്തിന്റെ അടിസ്ഥാനം. ആ അറിവുകളിൽ നിന്നാണ് പുതിയ അറിവുകൾ ഉണ്ടായിട്ടുള്ളതെന്ന് ഒരിക്കലും വിസ്മ രിച്ചുകൂടാ. ശാസ്ത്രവിദ്യാഭ്യാസം കേവലം ഗ്രേഡുകൾ സമ്പാദിക്കു ന്നത് മാത്രമാവരുത്. അത് നമുക്ക് ലഭ്യമായ അറിവുകൾ ഉറപ്പിക്കു ന്നവ കൂടിയായിരിക്കണം. മാത്രമല്ല പുതിയ നിർമ്മിതികൾക്ക് അവ സരമുള്ളതുമായിരിക്കണം. ഇത് ജീവിതാവസാനം വരെയുള്ളതായി രിക്കണം.

ഒരു പ്രോജക്ട് ചെയ്ത് അവസാനിപ്പിക്കുകയല്ല, മറിച്ച് അതിന്റെ വിവിധങ്ങളായ വഴികൾ മനസ്സിലാക്കി അപഗ്രഥിച്ച് നിഗമനങ്ങളിൽ എത്തണം. ഇതെല്ലാം ഈ പുസ്തകത്തിലൂടെ നിങ്ങളിൽ എത്തുമെ ന്നാണ് എന്റെ വിശ്വാസം. ഈ പുസ്തകത്തിലെ പ്രോജക്ടുകൾ മിക്കതും വിവിധ തലങ്ങളിൽ സമ്മാനം നേടിയിട്ടുള്ളതാണ്. നമ്മുടെ ചുറ്റുപാടുമുള്ള പ്രശ്നങ്ങൾ നിരീക്ഷിച്ച് അവയ്ക്ക് പരിഹാരം കണ്ടെ ത്തുന്ന തരത്തിലുള്ള വിഷയങ്ങളാണ് ഉൾപ്പെടുത്തിയിട്ടുള്ളത്. കൂടാതെ പ്രോജക്ട് ഡയറി, ഒരു പ്രോജക്ട് എങ്ങനെ തയ്യാറാക്കാം, മൂല്യനിർണ്ണയ ഉപാധികൾ എന്നിവയും ഉണ്ട്.

വിവിധ തലങ്ങളിലുള്ള ഫിസിക്സ്, കെമിസ്ട്രി, ബയോളജി, പരി സരപഠനം തുടങ്ങിയ എല്ലാ വിദ്യാർത്ഥികൾക്കും, D El Ed (ടി.ടി.സി), B.Ed വിദ്യാർത്ഥികൾക്കും ഈ പുസ്തകം പ്രയോജനപ്പെടും.

എന്റെ ആദ്യപുസ്തകമായതിനാൽ ഏവരുടെയും അകമഴിഞ്ഞ സഹായ സഹകരണങ്ങൾ പ്രതീക്ഷിക്കുന്നു.

ജോയ് ടി. ആലപ്പാട്

ഉള്ളടക്കം

പ്രോജക്ട്
നിർമ്മാണം വിവിധ ഘട്ടങ്ങൾ

പരിഹരിക്കപ്പെടേണ്ടതായ ഒരു പ്രശ്നം നമുക്ക് അനുഭവപ്പെടുമ്പോ ഴാണ് പ്രോജക്ട് രൂപപ്പെടുന്നത്. മറ്റു പ്രവർത്തനത്തേക്കാൾ ശ്രദ്ധയും ആസൂത്രണവും ആവശ്യമുള്ളവയാണ് പ്രോജക്ടുകൾ.

നമുക്കു ചുറ്റുമുള്ളതെല്ലാം ശാസ്ത്രവുമായി ബന്ധപ്പെട്ടിരിക്കുന്നു. ഒരു ചെറിയ പന്ത് മുതൽ ആകാശത്തിലെ വലിയ വിമാനങ്ങൾ വരെയും ആറ്റംപോലെ ചെറുതും എവറസ്റ്റ് പോലെ വലുതും എല്ലാം തന്നെ ശാസ്ത്രത്തിലൂടെ വിശദീകരിക്കാൻ കഴിയും. കുട്ടിക്കാലം മുതൽ തന്നെ സമൂഹത്തിലെ ഭൂരിഭാഗം ആളുകളും ശാസ്ത്രത്തോട് ചായ്‌വുള്ളതിന്റെ പ്രധാന കാരണം ഇതാണ്. ഈ പൈതൃകം കുട്ടി കളിലേയ്ക്ക് കൈമാറ്റം ചെയ്യപ്പെടേണ്ടതുമാണ്.

ശാസ്ത്രീയരീതികൾ, പരീക്ഷണങ്ങൾ, ശാസ്ത്ര ആശയങ്ങൾ എന്നിവയെക്കുറിച്ച് പഠിക്കുന്നതിനുള്ള നല്ല മാർഗ്ഗമാണ് സയൻസ് ഫെയർ പ്രോജക്ടുകൾ.

അറിവ് നേടുന്നതിന് ശാസ്ത്രം സ്വീകരിക്കുന്ന സവിശേഷരീതി യാണ് ശാസ്ത്രീയരീതി. ഇതിന് പല മാർഗ്ഗങ്ങളുണ്ട്. ഒരു മാർഗ്ഗമാണ് അന്വേഷണാത്മക പ്രോജക്ട് രീതി.

ഒരു പ്രോജക്ടിന് മൂന്ന് പ്രധാന ഘടകങ്ങൾ ഉണ്ട്.

1. പ്രോജക്ട് തയ്യാറാക്കൽ
2. പ്രോജക്ട് റിപ്പോർട്ട് തയ്യാറാക്കൽ
3. പ്രോജക്ട് പ്രസന്റേഷൻ

I. പ്രോജക്ട് എങ്ങനെ തയ്യാറാക്കാം

ഒരു വിഷയത്തെക്കുറിച്ച് പഠിച്ച് ആവശ്യമായ വിവരശേഖരണം നടത്തി, പഠനരീതികൾ വിശകലനം ചെയ്ത് നിഗമനങ്ങളിൽ എത്തുക എന്നതാണ് ഒരു പ്രോജക്ട്. ഇതിന്റെ വിവിധ ഘട്ടങ്ങൾ താഴെ കൊടു ത്തിരിക്കുന്നു.

1. വിഷയം/പ്രശ്നം തെരഞ്ഞെടുക്കൽ (Selection of the problem)

ഇത് ഏറ്റവും പ്രധാനപ്പെട്ട ഘട്ടമാണ്. കാലികമായ വിഷയം തെരഞ്ഞെടുക്കേണ്ടതാണ്. പ്രാദേശികമായ വിഷയങ്ങൾക്ക് പ്രാധാന്യം കൊടുക്കുക, ചെറിയ വിഷയങ്ങൾ തെരഞ്ഞെടുക്കുക എന്നിവ ശ്രദ്ധിക്കേണ്ടതാണ്. വിഷയങ്ങൾക്ക് പുതുമ ഉണ്ടായിരിക്കണം. ഇതുവരെ ചെയ്തതിന്റെ അനുകരണമാകരുത്.

ഈ ഘട്ടം മുതൽ ഒരു Project Diary ഉണ്ടാകണം. ഈ ഡയറി ഒരു പ്രത്യേക ബുക്ക് ആയിരിക്കണം. ഇതിൽ തീയ്യതിവെച്ച് ഓരോ ദിവസവും ചെയ്യുന്ന കാര്യങ്ങൾ എഴുതി സൂക്ഷിക്കണം. വിശദമായിത്തന്നെ എഴുതണം. ഓരോ ദിവസത്തെയും പ്രവർത്തനങ്ങൾ ഓരോ പേജിൽ എഴുതണം. ഇടയ്ക്ക് കുറെ ദിവസങ്ങൾ പ്രവർത്തിക്കുന്നില്ല യെങ്കിൽ പേജുകൾ വിടേണ്ട ആവശ്യമില്ല. തീയ്യതികൾ ക്രമമായിരു ന്നാൽ മതി. പ്രോജക്ട് ചെയ്ത്തീരുന്നതുവരെയുള്ള പ്രവർത്തനങ്ങൾ ഉൾപ്പെടുത്തണം.

ഈ ഡയറിയും മൂല്യനിർണ്ണയത്തിന് സമർപ്പിക്കണം. ഓരോ പേജിലും വിദ്യാർത്ഥികളും ടീച്ചർ ഗൈഡും ഒപ്പിടേണ്ടതാണ്.

2. ആമുഖം (Introduction)

പ്രോജക്ടിനെപ്പറ്റി ആമുഖമായി ചില കാര്യങ്ങൾ അറിഞ്ഞിരി ക്കണം. ഇത് വിശദമായിത്തന്നെ മനസ്സിലാക്കിയിരിക്കണം. ഉദാഹര ണമായി സൂചകങ്ങളെപറ്റിയുള്ള പ്രോജക്ടിൽ സൂചകങ്ങളുടെ ഉപ യോഗം, ലഭ്യത, നിറവ്യത്യാസം, സൂചകങ്ങളായി ഉപയോഗിക്കുന്ന പദാർത്ഥങ്ങൾ, അവയുടെ രാസനാമങ്ങൾ എന്നിവ ഉൾപ്പെടുത്തിയി രിക്കണം. അഭിമുഖം, ഫീൽഡ് വിസിറ്റ് തുടങ്ങിയ സമയങ്ങളിൽ ഈ അറിവ് പ്രയോജനപ്പെടും.

3. ലക്ഷ്യങ്ങൾ (Objectives)

പഠനവിഷയവുമായി ബന്ധപ്പെട്ട ഉചിതമായ ലക്ഷ്യങ്ങൾ കണ്ടെത്തി എഴുതി സൂക്ഷിക്കുക. പരമാവധി 4 ലക്ഷ്യങ്ങൾ ഉണ്ടാ യാൽ മതി.

4. പരികൽപന (Hypothesis)

പഠനം നടത്തുന്നതിനുമുമ്പ് മുൻവിധി നടത്തണം. ഒരു വരി യിൽ ഉൾപ്പെടുത്തി പരികൽപന തയ്യാറാക്കിയാൽമതി. ഇത് പഠനവി ഷയവുമായി സാദൃശ്യമുള്ളതായിരിക്കണം. പഠനം കഴിയുമ്പോഴും പരികൽപന ആവശ്യമാണ്. പരികൽപന ശരിയാണോ തെറ്റാണോ എന്ന് അവസാനം സൂചിപ്പിക്കേണ്ടതായും വരും.

5. വിവരശേഖരണം (Data Collection)

വിക്കിപീഡിയ, ഇന്റർനെറ്റ്, പുസ്തകവായന തുടങ്ങിയവയി ലൂടെ വിവരശേഖരണം നടത്താം. പരീക്ഷണങ്ങൾക്കാവശ്യമായ വസ്തുക്കൾ വീടിന്റെ പരസിരത്തുനിന്നും കടകളിൽനിന്നും സ്കൂൾ പരീക്ഷണശാലകളിൽനിന്നും ഓൺലൈൻ പർച്ചേസ് വഴിയും ശേഖ രിക്കാവുന്നതാണ്.

6. പഠനരീതി (Method of Study)

ഇത് വളരെ പ്രധാനപ്പെട്ട ഭാഗമാണ്. ശാസ്ത്ര പ്രോജക്ടുകൾക്ക് പരീക്ഷണരീതിയാണ് അഭികാമ്യം. കൂടാതെ അഭിമുഖം, സർവ്വേ, ഫീൽഡ് വിസിറ്റ് എന്നിവയും വിവിധ പഠനരീതികളാണ്. പരീക്ഷണ ഫലങ്ങൾ പട്ടികപ്പെടുത്തേണ്ടത് അത്യാവശ്യമാണ്.

7. അപഗ്രഥനം (Data Analysis)

ഇതിനായി ശതമാനം, ശരാശരി തുടങ്ങിയ സാധാരണ ഗണി തക്രിയകൾ ഉപയോഗിക്കാവുന്നതാണ്. കൂടാതെ പൈഡയഗ്രം, ബാർ ഡയഗ്രം പട്ടികകൾ എന്നിവയും ഉപയോഗിക്കാവുന്നതാണ്.

8. നിഗമനം (Conclusion)

വിശകലനം ചെയ്ത വിവരങ്ങൾ നിഗമങ്ങളായി രേഖപ്പെടുത്ത ണം. ഈ ഘട്ടത്തിലാണ് പരികൽപനകൾ ശരിയാണോ എന്ന് അറി യുന്നത്. ഈ നിഗമനങ്ങളിൽനിന്നാണ് പഠനത്തിന്റെ റിസൽട്ട് ലഭി ക്കുന്നത്.

9. നിർദ്ദേശം

പൊതുവായി സമൂഹത്തിന് എന്തെങ്കിലും നിർദ്ദേശം നൽകു വാനുണ്ടെങ്കിൽ ആയത് നൽകാവുന്നതാണ്. പരമാവധി 4 എണ്ണം മതി യാകും.

10. തുടർപ്രവർത്തനങ്ങൾ (Follow up Activaties)

ഈ പ്രോജക്ടിൽനിന്നും നേടിയ അറിവ് പൊതുജനങ്ങൾക്ക് ലഭ്യമാകുന്നതിന് തുടർപ്രവർത്തനം നടത്തേണ്ടത് ആവശ്യമാണ്. സർക്കാർ അധികാരികൾ, മന്ത്രിമാർ, ജില്ലാപഞ്ചായത്ത് അധികാരി കൾ എന്നിവർക്ക് പ്രോജക്ടിന്റെ കണ്ടെത്തലുകൾ അയച്ചുകൊടുക്കാ വുന്നതാണ്. പത്രമാധ്യമങ്ങൾക്കും നൽകാവുന്നതാണ്. കുടുംബശ്രീ, ഹരിതസേന തുടങ്ങിയവർക്ക് സാമൂഹ്യബോധവൽക്കരണം നൽകാ വുന്നതാണ്.

11. റഫറൻസ്

പ്രോജക്ടിന് ആവശ്യമായ വിവരങ്ങൾ ലഭിച്ചത് എവിടെനിന്നു മാണ് എന്ന് ഈ ഭാഗത്ത് രേഖപ്പെടുത്തണം. ഇൻർനെറ്റ്, പുസ്തക

ങ്ങൾ, മാഗനിസുകൾ, മറ്റു റഫറൻസ് ഗ്രന്ഥങ്ങൾ എന്നിവ രേഖപ്പെ ടുത്തണം. പ്രസാധകരുടെ പേര്, വർഷം, വെബ് അഡ്രസ് എന്നിവ എഴുതണം.

12. അനുബന്ധം

പ്രോജക്ടിന് ആവശ്യമായിട്ടുള്ളതും ഇതുവരെ ഉൾപ്പെടുത്താ ത്തവയുമായ എല്ലാം ഇവിടെ രേഖപ്പെടുത്തണം

1. സർവ്വേ ചോദ്യാവലി, സർവ്വേ റിപ്പോർട്ട്

2. ഫോട്ടോ ആൽബം. എല്ലാ ഘട്ടങ്ങളുടെയും പ്രവർത്തന ത്തിന്റെ ഫോട്ടോ, ഇന്റർവ്യൂ ഫോട്ടോ, ഫീൽഡ് വിസിറ്റ് ഫോട്ടോ തുടങ്ങിയവ ഉൾപ്പെടുത്തണം.

II. പ്രോജക്ട് റിപ്പോർട്ട് തയ്യാറാക്കൽ

A4 ഷീറ്റിൽ കുട്ടികൾ അവരുടെ കൈപ്പടയിൽത്തന്നെ എഴുതേ ണ്ടതാണ്. ചിത്രങ്ങളുടെ ഫോട്ടോ കോപ്പി വെട്ടി ഒട്ടിക്കാവുന്നതാണ്. ഗ്രാഫുകൾ വരച്ച് നിറങ്ങൾ നൽകാം. എല്ലാ ഹെഡ്ഡിംഗുകളും അടിവ രയിട്ട് എഴുതണം. എല്ലാ പേജുകളും എഴുതിത്തീർത്തതിനുശേഷം വൃത്തിയായി ബൈൻഡ് ചെയ്തോ സ്പൈറൽ ബൈൻഡ് ചെയ്തോ വയ്ക്കാവുന്നതാണ്. ഓരോ പേജിലും ഉൾപ്പെടുത്തേണ്ട വിവരങ്ങൾ താഴെ കൊടുക്കുന്നു.

പേജ് 1. പ്രോജക്ടിന്റെ തലക്കെട്ട്. ആവശ്യമെങ്കിൽ ഒരു ചിത്രവും നൽകാം. പ്രോജക്ട് ചെയ്ത കുട്ടിയുടെ പേര്, സ്കൂൾ എന്നിവ രേഖ പ്പെടുത്താം.

പേജ് 2. സർട്ടിഫിക്കറ്റ്

ഈ പ്രോജക്ട് വിദ്യാർത്ഥികൾ സ്കൂളിലെ അധ്യാപകരുടെ സാന്നിധ്യത്തിൽ ചെയ്തതാണ് എന്ന് സ്കൂൾ പ്രഥമാധ്യാപകന്റെ സാക്ഷ്യപത്രം. (ദേശീയ ബാലശാസ്ത്ര കോൺഗ്രസിന് ഈ പേജ് ബാധകമല്ല)

പേജ് 3. നന്ദിപ്രകാശനം.

ഈ പ്രോജക്ട് ചെയ്ത് പൂർത്തീകരിക്കുന്നതിന് ധാരാളം ആളു കൾക്ക്, സ്കൂളിന്, സ്ഥാപനങ്ങൾക്ക് നന്ദി പ്രകാശിപ്പിക്കണം. ഈ പേജിൽ ഉൾപ്പെടുത്തണം.

പേജ് 4. ഉള്ളടക്കം

അധ്യായങ്ങൾ എത്രയുണ്ടെന്നും അധ്യായങ്ങളുടെ പേരുകൾ എന്താണെന്നും പേജ് നമ്പറുകൾ എത്രമുതൽ എത്രവരെയാണെന്നും രേഖപ്പെടുത്തുന്നതാണ് ഇവിടെ.

ഉള്ളടക്കം

1. ആമുഖം

2. പരികൽപന

3. ഉദ്ദേശ്യം

4. പഠനരീതി

5. വിവരശേഖരണം

6. അപഗ്രഥനം

7. നിഗമനം

8. തുടർപ്രവർത്തനങ്ങൾ

9. റഫറൻസ്

10. അനുബന്ധം

പേജ് 5. ആമുഖം

വിഷയത്തെക്കുറിച്ചുള്ള ലഘുവിവരണം (1–2 പേജുകൾ), പഠ നത്തിന്റെ പ്രാധാന്യം, പ്രശ്നം അനുഭവപ്പെട്ട സാഹചര്യം എന്നിവ വിശദമാക്കിയിരിക്കണം.

പരികല്പന

പഠനം നടത്തുന്നതിനുമുമ്പുള്ള മുൻവിധി. ഇത് ഒരു പ്രസ്താ വനാ രൂപത്തിൽ നൽകണം.

ഉദാ: പ്ലാസ്റ്റിക്കിന്റെ പാരിസ്ഥിതിക ആഘാതം കുറയ്ക്കാൻ ജൈവ വസ്തുക്കൾക്ക് കഴിയും.

ഉദ്ദേശ്യം

പ്രാധാന്യമുള്ളതും പ്രോജക്ടിൽ ഉൾപ്പെടുത്താൻ സാധിക്കു ന്നതുമായ മറ്റ് പ്രസ്താവനകൾ ഇവിടെ നൽകാം. ചില വസ്തുക്കൾ നിർമ്മിക്കുക, തിരിച്ചറിയുക, ചില വസ്തുതകൾ പരിശോധിക്കുക എന്നിവ ഇവിടെ നൽകാവുന്നതാണ്.

പഠനരീതി

ഏത് മാർഗ്ഗമാണ് പ്രശ്നപരിഹാരത്തിനായി ഉപയോഗിക്കുന്നത് എന്ന് വ്യക്തമാക്കി വിശദീകരിക്കുക

വിവരശേഖരണം

അപഗ്രഥനം

പരീക്ഷണങ്ങൾ, ആക്ടിവിറ്റികൾ ഇവിടെ ഉപയോഗിക്കാവുന്ന താണ്.

നിഗമനം

പട്ടികകൾ, ചിത്രങ്ങൾ മുതലായവ ഉൾപ്പെടുത്തണം.

നിർദ്ദേശങ്ങൾ

തുടർപ്രവർത്തനങ്ങൾ

റഫറൻസ്

അനുബന്ധം

(മുകളിൽ പറഞ്ഞിരിക്കുന്നത് ഒരു രൂപരേഖ മാത്രമാണ്. ഓരോ പ്രോജക്ടിനും അതിന്റേതായ മാറ്റങ്ങൾ വരുത്താവുന്നതാണ്.)

III. പ്രോജക്ട് അവതരണം

നാം തയ്യാറാക്കിയ പ്രോജക്ട് പൂർണ്ണമായ രീതിയിൽ അവതരിപ്പി ക്കുവാൻ സമയനിയന്ത്രണം അനുവദിക്കുന്നില്ല. കേരള സ്കൂൾ ശാസ്ത്രമേളയിൽ 6 മിനിറ്റ് അവതരണത്തിനും മൂന്ന് മിനിറ്റ് ചോദ്യ ങ്ങൾക്കുമാണ്. ദേശീയ ബാലശാസ്ത്ര കോൺഗ്രസിൽ ഇവ യഥാ ക്രമം 8 മിനിട്ടും 3 മിനിറ്റും ആയിരിക്കും. എന്തെല്ലാം വിവരങ്ങളാണ് ഉൾപ്പെടുത്തേണ്ടത്. എങ്ങനെയാണ് അവതരിപ്പിക്കേണ്ടത് എന്നൊക്കെ കൃത്യമായി അടുക്കോടെ തയ്യാറാക്കിവെച്ചാൽ മാത്രമേ കൃത്യമായി അടുക്കോടെ അവതരിപ്പിക്കുവാൻ കഴിയുകയുള്ളൂ. മാത്രമല്ല, പലവട്ടം പറഞ്ഞ് പഠിക്കുകകയും പരിശീലിക്കുകയും വേണം. അവതരിപ്പിക്കു മ്പോൾ 4 ചാർട്ടുകളോ അല്ലെങ്കിൽ 4 പവർപോയിന്റ് പ്രസന്റേഷൻ സ്ലൈഡുകളോ ഉപയോഗിക്കാൻ അനുവദിക്കുന്നതാണ്.

Slide 1/Chart 1

വിഷയത്തിന്റെ തലക്കെട്ട്.

ആമുഖം: രണ്ടു വാചകത്തിൽ കവിയരുത്. ആവശ്യമായ ചിത്രങ്ങൾ ഉൾപ്പെടുത്താം.

Slide 2/Chart 2

പഠന ലക്ഷ്യങ്ങൾ, പരികല്പനകൾ

Slide 3/Chart 3

പഠനരീതി: വിവരശേഖരണം – മാർഗ്ഗങ്ങൾ, പരീക്ഷണങ്ങൾ വളരെ ചുരുക്കിയത്.

Slide 4/Chart 4

നിഗമനങ്ങൾ, കണ്ടെത്തലുകൾ, പരിഹാരമാർഗങ്ങൾ. പുതിയ യന്ത്രങ്ങൾ കണ്ടെത്തിയെങ്കിൽ അതിന്റെ ചിത്രം, ചെറുവിശദീകരണം എന്നിവ.

Note: ദേശീയ ബാലശാസ്ത്ര കോൺഗ്രസിൽ പങ്കെടുക്കുന്നവർക്ക് synopsis തയ്യാറാക്കി കൊടുക്കേണ്ടതായി വരും. ഇതിനായി ഉള്ളട ക്കത്തിലെ എല്ലാ ഭാഗത്തിൽനിന്നും പ്രധാന വിവരങ്ങൾ കോർത്തി ണക്കി നല്ല ഒഴുക്കോടെ ഒരു ഉപന്യാസം പോലെ തയ്യാറാക്കേണ്ട താണ്.

മൂല്യനിർണയ ഉപാധികൾ (Scoring Indicators)

പ്രോജക്ട് തയ്യാറാകുമ്പോഴും അവതരിപ്പിക്കുമ്പോഴും utility of the project എടുത്തുപറയണം. ഇതിനായി മൂല്യനിർണയ ഉപാധി കൾ അറിഞ്ഞിരിക്കുന്നത് നല്ലതാണ്.

UP/HS/HSS/VHSS (കേരള സ്കൂൾ ശാസ്ത്രോത്സവം)

Item	Scoring Indicators and score						
Research Project	Scientific concept (25)	Innovative Idea (15)	Initiative of the Student (10)	Utility for the Society (10)	Presentation and Interaction (20)	Project Report (20)	Total 100

Model consolidated Evaluation Sheet (For State level)
(ദേശീയ ബാലശാസ്ത്ര കോണ്‍ഗ്രസ്)

Sl. No	Criteria	Max marks	Written Report	Oral Presentation	Total
1.	Originality of idea and concept	05			
2.	Relevance of the project to the theme	05			
3.	Understanding of the issue	15			
4.	Data collection & analysis	15			
5.	Experimentation/validation	10			
6.	Interpretation and pproblem solving attempt	15			
7.	Team work	05			
8.	Background correction	10			
9.	Oral presentation/written report (as applicable)	10			
10.	Improvement over the previous level suggested	10			
Total		100			

●●●

വിഷയം

പ്രകൃതിദത്ത സൂചകങ്ങളിലെ നിറവൃത്യാസം

പഠനം

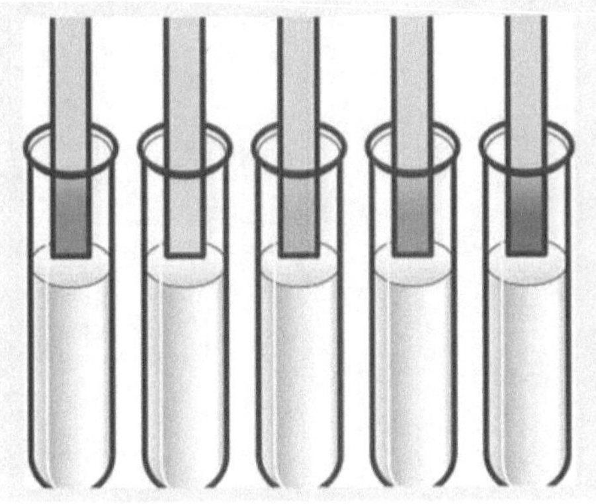

സമർപ്പിക്കുന്നത്
ദേവിക. ആർ
ശ്രീഗാഥ. ബി

ടീച്ചർ ഗൈഡ്
ജോയ്. റ്റി

ആമുഖം

പ്രകൃതിയിൽ ധാരാളം നിറമുള്ള പൂക്കളും ഇലകളും കാണാ റുണ്ട്. അവയിലടങ്ങിയിരിക്കുന്ന രാസ തന്മാത്രകളുടെ പ്രത്യേക തകൾ കൊണ്ടാണ് വ്യത്യസ്ത നിറങ്ങൾ ഉണ്ടായിരിക്കുന്നത്. മഞ്ഞ ളിന് മഞ്ഞ നിറം നൽകുന്നത് കുർകുമിൻ എന്ന രാസവസ്തുവി ന്റെയും ചീരയ്ക്ക് ചുവപ്പ് നിറം നൽകുന്നത് ആന്തോസയനിൻ എന്ന രാസവസ്തുവിന്റെയും സാന്നിധ്യമാണ്. ഇവയിൽ ചിലത് ചായങ്ങൾ നിർമ്മിക്കുവാനും ഉപയോഗിക്കാറുണ്ട്.

ചില വസ്തുക്കൾ ആസിഡ് ലായനിയിലോ ആൽക്കലി ലായ നിയിലോ ചേർക്കുമ്പോൾ നിറവ്യത്യാസം ഉണ്ടാകുന്നു. ഇത്തരം വസ്തുക്കളെ സൂചകങ്ങൾ എന്നു പറയുന്നു. ഇത് ചില ചായങ്ങ ളാണ്. അവ ആസിഡിലും ആൽക്കലിയിലും നിറവ്യത്യാസം പ്രക ടമാക്കുന്നു.

പരീക്ഷണശാലകളിലും വ്യാവസായികമായും നിർമ്മിക്കുന്ന സൂചകങ്ങളാണ് കൃത്രിമസൂചകങ്ങൾ. ഫിനോൾഫ്തലീൻ, മീഥൈൽ ഓറഞ്ച് എന്നിവ ഈ വിഭാഗത്തിൽപ്പെടുന്നു. പ്രകൃതി യിൽ കാണപ്പെടുന്ന സൂചകങ്ങളാണ് പ്രകൃതിദത്ത സൂചകങ്ങൾ എന്ന വിഭാഗത്തിൽ ഉൾപ്പെടുന്നത്. ലിറ്റമസ്, മഞ്ഞൾ, ചുവന്ന ചെമ്പരത്തിപ്പൂവ് തുടങ്ങിയവ ഈ വിഭാഗത്തിൽ പെടുന്നു.

ലിറ്റമസ് സാധാരണയായി ഉപയോഗിച്ചുകൊണ്ടിരിക്കുന്ന സൂച കമാണ്. ലെക്കൻ എന്ന ചെടിയുടെ നീര് വൃത്തിയുള്ള പേപ്പറിൽ മുക്കിയെടുത്ത് ഉണക്കിയാണ് ലിറ്റമസ് പേപ്പർ നിർമ്മിക്കുന്നത്. ലൈക്കൻ എന്ന ചെടി ഥാലോഫൈറ്റ എന്ന സസ്യകുടുംബത്തിലെ അംഗമാണ്. ലിറ്റമസ് പേപ്പർ ആസിഡിൽ ചുവപ്പ് നിറം നൽകു കയും ആൽക്കലിയിൽ നീലനിറം നൽകുകയും ചെയ്യുന്നു. ലിറ്റമസ് ദ്രാവകമായും പേപ്പറിൽ മുക്കിയെടുത്തും ഉപയോഗിക്കാവുന്ന താണ്.

പ്രകൃതിദത്ത സൂചകങ്ങളും അവ ആസിഡിലും ആൽക്കലി

യിലും ഉണ്ടാക്കുന്ന മാറ്റങ്ങളുമാണ് ഈ പ്രോജക്ടിൽ പ്രധാന മായും ഉൾക്കൊള്ളിച്ചിരിക്കുന്നത്. ചില മരുന്നുകൾ മനുഷ്യശരീര ത്തിൽ അസിഡിറ്റി വർദ്ധിപ്പിക്കുന്നുണ്ടോ എന്ന് മരുന്ന് കഴിക്കുന്ന തിനുമുമ്പ് നമുക്ക് സ്വയം ടെസ്റ്റ് ചെയ്യാവുന്നതാണ്. കൂടാതെ സൂച കങ്ങളുടെ നിർമ്മാണം, അവയുടെ വ്യാവസായിക പ്രാധാന്യം എന്നിവയും പഠനവിധേയമാക്കുന്നുണ്ട്.

പരികല്പന

1. സൂചകങ്ങൾ സസ്യഭാഗങ്ങളിൽനിന്നു നിർമ്മിക്കാം.
2. സൂചകങ്ങൾക്ക് ആസിഡ് ലായനിയിലും ആൽക്കലി ലായനി യിലും നിറംമാറ്റം സംഭവിക്കും.

ഉദ്ദേശ്യം

1. വിവിധയിനം സൂചകങ്ങളെ സസ്യഭാഗങ്ങളിൽനിന്നും നിർമ്മി ക്കാം.
2. ആസിഡ്, ആൽക്കലി എന്നിവയെ തിരിച്ചറിയം.
3. ആസിഡ് മനുഷ്യശരീരത്തുണ്ടാക്കുന്ന രോഗങ്ങൾ പരിശോധി ക്കുക.
4. ചില മരുന്നുകൾ ആസിഡ് ആണോ ആൽക്കലി ആണോ എന്ന് തിരിച്ചറിയുക.

പഠനരീതി

പരീക്ഷണരീതി

വിവരശേഖരണം

ചെമ്പരത്തിപ്പൂവ്, മഞ്ഞൾ, ശംഖുപുഷ്പം, ജലം എന്നിവ വീടിന്റെ പരിസരത്തുനിന്നും വിനാഗിരി, അപ്പക്കാരം, വാളൻപുളി, നാരങ്ങ, ബീറ്റ്റൂട്ട്, റെഡ് കാബേജ്, മോര്, പതിമുകം എന്നിവ അടു ത്തുള്ള പലചരക്കുകടയിൽനിന്നും, ഹൈഡ്രോക്ലോറിക് ആസിഡ്, സോഡിയം ഹൈഡ്രോക്സൈഡ് എന്നിവ സ്കൂൾ പരീക്ഷണശാ ലയിൽനിന്നും, പാരസറ്റമോൾ ഗുളിക, ജലൂസിൽ ഗുളിക എന്നിവ അടുത്തുള്ള മെഡിക്കൽ സ്റ്റോറിൽനിന്നും ശേഖരിച്ചു.

അപഗ്രഥനം

താഴെ പറയുന്ന പരീക്ഷണങ്ങൾ ശ്രദ്ധയോടെ ചെയ്യുന്നു. സൂച കങ്ങൾ തയ്യാറാക്കുന്നതിന് ചെമ്പരത്തിപ്പൂവ്, മഞ്ഞൾ, ശംഖുപു ഷ്പം, ബീറ്റ്റൂട്ട്, റെഡ് കാബേജ്, പതിമുകം എന്നിവ പ്രത്യേകം

പാത്രങ്ങളിൽ എടുക്കുന്നു. അതിലേക്ക് ഇളംചൂടുവെള്ളം ഒഴിക്കു
ന്നു. അപ്പോൾ നിറമുള്ള ലായനി ലഭിക്കുന്നു. ഈ ലായനികളിൽ
ദീർഘചതുരാകൃതിയിലുള്ള 2 സെ.മി വീതിയും 5 സെ.മി. നീളവു
മുള്ള പേപ്പർകഷണങ്ങൾ ഇടുന്നു. പുറത്തെടുത്ത പേപ്പർ തണ
ലിൽ ഉണക്കിയെടുക്കുന്നു.

Activity -1

താഴെ പറയുന്ന ലായനികൾ പ്രത്യേകം ട്യൂബുകളിൽ എടുത്ത്
പട്ടികയിൽ പറഞ്ഞിരിക്കുന്നവിധത്തിൽ ആസിഡ്, ആൽക്കലി ലായ
നികളിലേക്ക് സൂചകപേപ്പർ കഷണങ്ങൾ മുക്കിവയ്ക്കുക. അല്പ
നേരം കഴിഞ്ഞ് നിറം മാറ്റം ശ്രദ്ധിക്കുക.

പട്ടിക 1

സൂചകങ്ങൾ	ആസിഡുകൾ		ആൽക്കലികൾ	
	വിനാഗിരി	HCl	അപ്പക്കാരം	NaOH
ചെമ്പരത്തിപ്പൂവ് (ചുവപ്പ്)	ചുവപ്പ്	ചുവപ്പ്	നീല	നീല
മഞ്ഞൾ (മഞ്ഞ)	മഞ്ഞ	മഞ്ഞ	ചുവപ്പ്	ചുവപ്പ്
ശംഖുപുഷ്പം (നീല)	ചുവപ്പ്	ചുവപ്പ്	പച്ച	പച്ച
ബീറ്റ്‌റൂട്ട് മഞ്ഞ	ചുവപ്പ്	ചുവപ്പ്	പച്ചകലർന്ന മഞ്ഞ	പച്ചകലർന്ന മഞ്ഞ
റെഡ് കാബേജ് (പിങ്ക്)	ചുവപ്പ്	ചുവപ്പ്	നീല	നീല
പതിമുകം (ചുവപ്പ്)	മഞ്ഞ	മഞ്ഞ	പിങ്ക്	പിങ്ക്

Activity -2

മെഡിക്കൽ സ്റ്റോറിൽനിന്നും വാങ്ങിയ പാരസറ്റമോൾ, ജലൂസിൽ എന്നിവ പ്രത്യേകം ജലീയ ലായനികളാക്കി തയ്യാറാക്കുക. താഴെ പറ യുന്ന പരീക്ഷണം ചെയ്യുക. നിറവ്യത്യാസം പട്ടികപ്പെടുത്തുക.

പട്ടിക 2

സൂചകങ്ങൾ	പാരസറ്റമോൾ ലായനി	ജലൂസിൽ ലായനി
ചെമ്പരത്തിപ്പൂവ്	ചുവപ്പ്	നീല
മഞ്ഞൾ	മഞ്ഞ	ചുവപ്പ്
ശംഖുപുഷ്പം	ചുവപ്പ്	പച്ച

നിഗമനം 1

ചെമ്പരത്തിപ്പൂവ് സൂചകപേപ്പർ ആയി ഉപയോഗിച്ചപ്പോൾ ആസി ഡുകൾ ചുവപ്പുനിറം നൽകി. എന്നാൽ ആൽക്കലികൾ വ്യത്യസ്ത മായ നിറമായ നീലനിറം നൽകി. അതിനാൽ ചെമ്പരത്തിപ്പൂവ് ഒരു ആൽക്കലി സൂചകം ആണ്. ഇപ്രകാരം താഴെ പറയുന്ന പട്ടിക തയ്യാറാക്കാം.

പട്ടിക 3

സൂചകങ്ങൾ	
ചെമ്പരത്തിപ്പൂവ്	ആൽക്കലി സൂചകം
മഞ്ഞൾ	ആൽക്കലി സൂചകം
ശംഖുപുഷ്പം	ആസിഡ് – ആൽക്കലി സൂചകം
ബീറ്റ്റൂട്ട്	ആൽക്കലി സൂചകം
റെഡ് കാബേജ്	ആസിഡ് – ആൽക്കലി സൂചകം
പതിമുഖം	ആസിഡ് – ആൽക്കലി സൂചകം

നിഗമനം 2

ചെമ്പരത്തിപ്പൂവ് ലായനിയെ ചുവപ്പ് നിറമാക്കിയതിനാൽ പാര സറ്റമോൾ ഒരു ആസിഡ് പദാർത്ഥമാണ്. അതുപോലെ ലായനിയെ

നീലനിറമാക്കിയതിനാൽ ജലൂസിൽ ഒരു ആൽക്കലിയാണ് എന്നും തിരിച്ചറിയാം. മഞ്ഞൾ, ശംഖുപുഷ്പം എന്നിവ ഉപയോഗിച്ചപ്പോഴും പാരസെറ്റമോൾ ആസിഡ് പദാർത്ഥമാണെന്നും ജലൂസിൽ ആൽക്കലിയാണെന്നും മനസ്സിലാക്കാം.

നിർദ്ദേശം

1. ആസിഡുകളും ആൽക്കലികളും നിത്യജീവിതത്തിൽ വളരെ പ്രാധാന്യം അർഹിക്കുന്നവയാണ്. എന്നാൽ അവയുടെ അമിതോപയോഗം രക്തത്തിന്റെ ഘടനയെത്തന്നെ മാറ്റുന്നു. അത് ശരീരത്തിന്റെ പൊതുആരോഗ്യത്തെ ബാധിക്കുകയും ചെയ്യുന്നു.

2. നിത്യജീവിതത്തിലെ ആസിഡുകളെയും ആൽക്കലികളെ തിരിച്ചറിയുന്നതിന് സൂചകങ്ങൾ ഉപയോഗിക്കാം. ഇതുവഴി നിത്യ ഭക്ഷണത്തിലെ ഗുണനിലവാരം ക്രമപ്പെടുത്താൻ കഴിയും.

3. പാരസെറ്റമോൾ പോലുള്ള അസിഡിക് ഗുണമുള്ള മരുന്നുകൾ ഭക്ഷണത്തിനുശേഷം മാത്രം കഴിക്കുക. അല്ലെങ്കിൽ മനുഷ്യ ശരീരത്തിലെ ചെറുകുടലുകൾക്ക് ക്ഷതം സംഭവിക്കുകയും ക്രമേണ അൾസർ എന്ന അവസ്ഥ ഉണ്ടാകുവാനും സാധ്യതയുണ്ട്.

നേട്ടങ്ങൾ

1. ആവശ്യമുള്ളപ്പോൾ മാത്രം തയ്യാറാക്കാം.
2. കുട്ടികൾക്കും തയ്യാറാക്കാം.
3. കുറഞ്ഞ ചിലവ്
4. പരിസ്ഥിതി സൗഹൃദം

തുടർപ്രവർത്തനങ്ങൾ

1. ദാഹശമനിപോലുള്ള വിവിധയിനം ബ്രാൻഡുകളിലുള്ള പാനീയങ്ങൾ ആസിഡുകളാണോ എന്ന് ടെസ്റ്റ് ചെയ്യുക.

2. വിവിധ ബ്രാൻഡുകളിലുള്ള സോഫ്റ്റ് ഡ്രിങ്ക്സിൽ ആസിഡുകൾ ഉണ്ടോ എന്ന് കണ്ടെത്തുക.

3. സാധാരണ ഉപയോഗിക്കുന്ന പാനീയങ്ങൾ ആസിഡ് ഗുണമുള്ളതാണെങ്കിൽ ഈ വിവരം പഞ്ചായത്ത് അധികാരികളെ രേഖാമൂലം അറിയിക്കുക.

•••

പ്ലാസ്റ്റിക്കിന്റെ ആഘാതം കുറയ്ക്കാൻ ജൈവവസ്തുക്കളുടെ നിർമ്മാണവും ഉപയോഗവും

ജൈവപ്ലാസ്റ്റിക്

ആമുഖം

തുരുമ്പിനെ പ്രതിരോധിക്കുന്നതും രാസപരമായി നിഷ്ക്രിയവും ശക്തമായ താപ-വൈദ്യുത ഇൻസുലേറ്റിംഗ് ഗുണങ്ങളും നല്ല ജല -പ്രതിരോധശേഷിയുള്ളതും, കട്ടിയുള്ളതും ഭാരം കുറഞ്ഞതും ആദായകരമായി ലഭ്യമാകുന്നതുമായ ഒരു വസ്തുവാണ് പ്ലാസ്റ്റിക്. ഇത് ഈ നൂറ്റാണ്ടിലെ ഒരു പ്രധാനപ്പെട്ട കണ്ടുപിടുത്തം തന്നെ യാണ്.

പ്ലാസ്റ്റിക് ഒരു പോളിമർ ആണ്. അനേകം ചെറു തന്മാത്രകൾ ചേർന്നുണ്ടാകുന്ന വലിയ തന്മാത്രകളാണ് പോളിമറുകൾ. പ്ലാസ്റ്റിക് കവറുകൾ പോളിത്തീൻ എന്ന പോളിമർ ആണ്. ഇഥീൻ തന്മാത്ര കൾ പ്രത്യേക രീതിയിൽ ചൂടാക്കിയാണ് പോളിത്തീൻ നിർമ്മി ക്കുന്നത്. കവറുകൾ, ബക്കറ്റ്, മഗ്ഗ്, ഹോസുകൾ തുടങ്ങിയ ഇന്ന് വളരെ ഉപയോഗപ്രദമായ പ്ലാസ്റ്റിക്കുകൾ നിർമ്മിക്കുവാൻ പോളി ത്തീൻ ഉപയോഗിക്കുന്നു. അതുപോലെ പിവിസി പൈപ്പുകൾ മറ്റൊരു പോളിമർ ആണ്.

പ്ലാസ്റ്റിക് ഉല്പാദനത്തിന് കുറഞ്ഞ ചെലവും കുറഞ്ഞ ഊർജ്ജവും മതിയാകും.

ഉപയോഗപ്രദവും ചെലവുകുറഞ്ഞതുമായ വസ്തു ആണെ ങ്കിലും പ്ലാസ്റ്റിക് ഉപയോഗിക്കുന്നതിന്റെ ദോഷങ്ങൾ നമ്മുടെ പരി സ്ഥിതിയെ മലിനമാക്കുന്നു എന്നുള്ളതാണ്. ജലം, വായു, മണ്ണ് എന്നീ എല്ലാം മലിനമാക്കുവാൻ പ്ലാസ്റ്റിക്കിന് കഴിയും. രാസപര മായി നിഷ്ക്രിയമായതിനാൽ മണ്ണിൽ അലിഞ്ഞുചേരാതെ മണ്ണിൽ ജൈവവൈവിധ്യത്തിന് കോട്ടമുണ്ടാകുന്നു. പ്ലാസ്റ്റിക്, വായുവിൽ കത്തുമ്പോൾ ഉണ്ടാകുന്ന വിഷവാതകങ്ങൾ ക്യാൻസർ, ശ്വാസ കോശരോഗങ്ങൾ തുടങ്ങിയവ ഉണ്ടാകുന്നു. ഡയോക്സിൻ എന്ന വിഷവാതകം വായുവിൽ കലർന്നാൽ അത് നശിച്ചുപോകുകയു

മില്ല. ഇത് വളരെ പ്രധാനപ്പെട്ട കാർസിനോജൻ ആണ്. ജലാശയ ത്തിൽ അകപ്പെട്ടാൽ ധാരാളം പരിസ്ഥിതി പ്രശ്നങ്ങൾ ഉണ്ടാകു ന്നു. ഇവ വന്യജീവികൾക്ക് അപകടകരമാണ്. മൃഗങ്ങളുടെ ആമാ ശയത്തിൽനിന്നും പ്ലാസ്റ്റിക് കവറുകൾ കണ്ടെത്തിയത് ഓർക്കുമ ല്ലോ.

Recoming with the U.S Role in Globan Ocean Plastic Waste എന്ന റിപ്പോർട്ടിൽ ഇരുപതാം നൂറ്റാണ്ട് അത്ഭുതകരമായ കണ്ടു പിടുത്തങ്ങളിൽ ഒന്നായ പ്ലാസ്റ്റിക്കിന്റെ ഇന്നത്തെ അവസ്ഥയെ ക്കുറിച്ച് പറയുന്നുണ്ട്. കാണുന്നയിടങ്ങളിലെല്ലാം പ്ലാസ്റ്റിക് മാലിന്യം മൂടിക്കിടക്കുകയാണ്. കരയിലുള്ളത്രയും പ്ലാസ്റ്റിക് മാലിന്യം സമു ദ്രത്തിലും ഉണ്ട്. സമുദ്രത്തിലെ സൂക്ഷ്മജീവികളായ ഫൈറ്റോ പ്ലാംങ്ടണുകൾ പ്ലാസ്റ്റിക്കിനെ ഭക്ഷണമാക്കുകയും മനുഷ്യ രിൽത്തന്നെ വീണ്ടും തിരിച്ചെത്തുകയും ചെയ്യുന്നു.

ഇതിനാൽ പ്ലാസ്റ്റിക്കിന് പകരം മറ്റു വസ്തുക്കളുടെ ഉപയോഗം പ്രോത്സാഹിപ്പിക്കേണ്ടതുണ്ട്. പ്ലാസ്റ്റിക്കിന് പകരമുള്ള പുതിയതും പരിസ്ഥിതിസൗഹൃദവുമായ വസ്തുക്കൾ കണ്ടെത്തേണ്ടതുമാണ്. പ്ലാസ്റ്റിക്കിന്റെ ആഘാതം കുറയ്ക്കാൻ ജൈവവസ്തുക്കളുടെ നിർമ്മാണവും ഉപയോഗവുമാണ് ഈ പ്രോജക്ടിൽ ഉൾപ്പെടുത്തി യിരിക്കുന്നത്.

പരികല്പന

1. പ്ലാസ്റ്റിക്കിന്റെ പാരിസ്ഥിതിക ആഘാതം കുറയ്ക്കുവാൻ ജൈവ വസ്തുക്കൾക്ക് കഴിയും.

2. പരിസ്ഥിതി സൗഹൃദമായ കപ്പുകൾ, കുപ്പികൾ, ബാഗുകൾ, സ്ട്രോകൾ എന്നിവ നിർമ്മിക്കാം.

ഉദ്ദേശ്യം

1. പ്ലാസ്റ്റിക്കിന് പകരം തുല്യമായ വസ്തുക്കൾ ജൈവവസ്തുക്ക ളിൽ നിന്ന് നിർമ്മിക്കാം.

2. പരിസ്ഥിതസൗഹൃദ നിത്യോപയോഗ വസ്തുക്കളെ തിരിച്ചറി യുന്നു.

പഠനരീതി

പരീക്ഷണരീതി

വിവരശേഖരണം

1. ചോളപ്പൊടി, വിനാഗിരി, മൈദ, food colours, എന്നിവ പരിസ രത്തുള്ള പലചരക്കുകടയിൽനിന്നും

2. പേപ്പർ, ജലം, ടൈലുകൾ, തവിട് എന്നിവ വീടിന്റെ പരിസര ത്തുനിന്നും ശേഖരിച്ചു.

അപഗ്രഥനം

ജൈവപ്ലാസ്റ്റിക് നിർമ്മാണത്തിനായി താഴെ പറയുന്ന പ്രവർത്തനം ചെയ്യുന്നു.

പ്രവർത്തനം 1

രണ്ട് ടീസ്പൂൺ അരച്ച പേപ്പർ, രണ്ട് ടീസ്പൂൺ മൈദ, അര ടീസ്പൂൺ വിനാഗിരി, 50 മില്ലി ജലം എന്നിവ ഒരു പാത്രത്തിൽ എടുത്ത് തിളപ്പിക്കുവാൻ വയ്ക്കുക. ലായനി ഇലാസ്തിക സ്വഭാവം കാണിക്കുമ്പോൾ ഇതിനെ ഒരു ടൈലിൽ കട്ടികുറഞ്ഞ രീതിയിൽ ഒഴിക്കുക. ഉണക്കാൻ വച്ചതിനുശേഷം ഷീറ്റ് ആയി ഇളക്കി എടു ക്കാവുന്നതാണ്. ഇത്തരം രണ്ട് പാളികൾ ചേർന്ന് സഞ്ചി ഉണ്ടാ ക്കാവുന്നതാണ്. കട്ടി കൂട്ടുന്നതിനായി തവിടും നിറത്തിനായി ഫുഡ് കളറും ചേർക്കണം.

ഗോതമ്പുപൊടി, ചോളപ്പൊടി, മരച്ചീനിപ്പൊടി തുടങ്ങിയവയും ഉപയോഗിക്കാവുന്നകാണ്. ആധുനിക സാങ്കേതികവിദ്യ ഉപയോ ഗിച്ച് ഇതിനെ ഗുണമേന്മയുള്ള വസ്തുക്കളാക്കി മാറ്റുവാൻ കഴി യും.

പ്രവർത്തനം 2

ശീതളപാനീയങ്ങൾ കുടിക്കുന്നതിനായി സാധാരണയായി പ്ലാസ്റ്റിക് സ്ട്രോ ആണ് ഉപയോഗിക്കുന്നത്. ഇതിനുപകരമായി ഭക്ഷ്യയോഗ്യമായ ജൈവ ട്യൂബുകൾ ഉപയോഗിക്കാം. ഇതിന്റെ നിർമ്മാണം താഴെ പറയുന്നു.

60 ഗ്രാം ചോളപ്പൊടി, 10ഗ്രാം ഓട്സ് (നാരുകൾ ഉള്ളതിനാൽ ബലം ലഭിക്കുന്നു) 5 ഗ്രാം പഞ്ചസാര, ഒരു ഗ്രാം ബേക്കിംഗ് പൗഡർ എന്നിവ ചേർക്കുക. ഫെർമെന്റേഷൻ നടക്കുന്നതിനാൽ തന്മാത്ര

കൾ തമ്മിൽ അകലുകയും കുറഞ്ഞ അളവിൽ കൂടുതൽ ഉല്പന്ന ങ്ങൾ ലഭിക്കുകയും ചെയ്യുന്നു. മണം ലഭിക്കുന്നതിനായി ഒരു ഗ്രാം കൊക്കോ പൗഡർ, നിറം ലഭിക്കുന്നതിനായി 0.5ഗ്രാം ഫുഡ് കളർ 20 ഗ്രാം വെള്ളം എന്നിവ എടുത്ത് ചപ്പാത്തിമാവ് രൂപത്തിൽ കുഴ യ്ക്കുക. ഈ മാവ് 15 സെ.മി. നീളമുള്ള പപ്പായതയണ്ടിന് പുറത്ത് ഉരുട്ടി എടുക്കുക. തുടർന്ന് ചെറുതീയിൽ ചുട്ടെടുക്കുക. ചൂടാകു മ്പോൾ മാവ് ഉറയ്ക്കുകയും ട്യൂബ് ലഭിക്കുകയും ചെയ്യുന്നു. അതോ ടൊപ്പം പപ്പായതണ്ട് ചുരുണ്ട് പോകുകയും വളരെപെട്ടെന്ന് ഇള ക്കിമാറ്റുവാൻ സാധിക്കുകയും ചെയ്യുന്നു. ഫിനിഷിംഗ് വർക്കുകൾ നടത്തി പ്ലാസ്റ്റിക് പാത്രങ്ങളിൽ അടച്ച് സൂക്ഷിക്കുക. പുറത്ത് മൂന്ന് മാസവും ഫ്രിഡ്ജിൽ 6 മാസവും കേടുകൂടാതെ സൂക്ഷിക്കാവുന്ന താണ്.

ഈ മിശ്രിതം ഉപയോഗിച്ച് കപ്പ്, ഗ്ലാസ് തുടങ്ങിയ അച്ചുകളിൽ പ്രസ് ചെയ്ത് കപ്പ്, ഗ്ലാസ് എന്നിവ ഉണ്ടാക്കാവുന്നതാണ്.

നിഗമനം

തികച്ചും ജൈവപദാർത്ഥങ്ങൾകൊണ്ട് നിർമ്മിതമായതിനാൽ പാരിസ്ഥിതികപ്രശ്നങ്ങൾ ഉണ്ടാകുന്നില്ല. ഷീറ്റുപോലെ ലഭിക്കുന്ന തിനാൽ ക്യാരിബാഗുകൾ നിർമ്മിക്കാൻ സാധിക്കുന്നു. ബിസ്കറ്റ് പോലെയുള്ള ഭക്ഷണപദാർത്ഥങ്ങൾ വളരെനാൾ കേടുകൂടാതെയി രിക്കുന്നുണ്ട്. അതേ പ്രക്രിയയിൽ നിർമ്മിക്കുന്നതിനാൽ ഈ ജൈ വപ്ലാസ്റ്റിക്കും കേടുകൂടാതെ സംഭരിച്ചുവയ്ക്കുവാൻ സാധിക്കും.

ചോളപ്പൊടി, വിനാഗിരി, നാരുവസ്തുക്കൾ എന്നിവ ഇത് സുര ക്ഷിതമായിരിക്കുവാൻ സഹായിക്കും.

നിർദ്ദേശങ്ങൾ

1. പ്ലാസ്റ്റിക്കിനെതിരെ പൊതുജനങ്ങൾക്ക് ബോധവൽക്കരണം നൽകുക.

2. ജൈവപദാർത്ഥ അധിഷ്ഠിത ഉല്പന്നങ്ങൾ ഉപയോഗിക്കുന്നത് പ്രോത്സാഹിപ്പിക്കുക.

മേന്മകൾ

1. സൂക്ഷ്മാണുക്കളുടെ പ്രവർത്തനത്താൽ മണ്ണിൽ അതിവേഗം

ലയിച്ചുചേരുന്നു. അതിനാൽ പരിസ്ഥിതി മലിനീകരണം ഉണ്ടാകു
ന്നില്ല.

2. നിർമ്മാണവേളയിൽ വളരെ ചുരുങ്ങിയ രീതിയിൽ മാത്രമേ
കാർബൺ ബഹിർഗമനം ഉണ്ടാകുന്നുള്ളൂ.

3. ഭക്ഷണം പദാർത്ഥമായും ഉപയോഗിക്കുവാൻ കഴിയുന്നതിനാൽ
വളരെ ലാഭകരവുമാണ്.

•••

വിഷയം

ആഫ്രിക്കൻ ഒച്ചുകൾ കോൺക്രീറ്റ് കെട്ടിടങ്ങളെ ബാധിക്കുന്നുണ്ടോ? പഠനവും പരിഹാരങ്ങളും

ആമുഖം

മനുഷ്യനും ആപത്താണ് ആഫ്രിക്കൻ ഒച്ചുകൾ. നേരിട്ട് സ്പർശി ച്ചാൽ ശരീരത്തിൽ ചൊറിച്ചിലും വൃണവും ഉണ്ടാകാം. മസ്തിഷ്ക ജ്വരമുണ്ടാക്കുന്ന നിമ വിരകളുടെ സാന്നിധ്യവും മനുഷ്യനിൽ രോഗം പടർത്തുന്ന ഒട്ടേറെ ബാക്ടീരിയയും ഇവയിലുണ്ട്. ഉഭയലിംഗ ജീവി കളായതിനാൽ ഒന്നിൽനിന്ന് തന്നെ പെറ്റുപെരുകും. ഏകദേശം 800 മുട്ടകൾ ഒരു വർഷം ഇടുമെന്നാണ് കണക്ക്.

"കണ്ണപുരത്ത് ആഫ്രിക്കൻ ഒച്ച് പെരുകുന്നു - നാട്ടുകാർ ആശങ്ക യിൽ" എന്ന പത്രവാർത്ത വാർത്തയെ അടിസ്ഥാനമാക്കിയ ഈ പ്രോജക്ട് ചെയ്യുവാൻ തീരുമാനിച്ചത്. കണ്ണൂർ ജില്ലയിലെ കണ്ണപുരം സന്ദർശിച്ചപ്പോൾ ഉപയോഗശൂന്യമായ ടോയ്‌ലറ്റ് നെടുകെ പൊട്ടി പിളർന്നതായി കണ്ടു. സിമന്റും ആഫ്രിക്കൻ ഒച്ചും തമ്മിലുള്ള പ്രതി പ്രവർത്തനം വിഷയമാക്കി ഒരു പ്രൊജക്ട് ചെയ്യുവാൻ തീരുമാനിച്ചു.

സിമന്റ് കോൺക്രീറ്റിൽ കാത്സ്യം അടങ്ങിയിരിക്കുന്നു. കാത്സ്യം അലൂമിനിയം സിലിക്കേറ്റുകളുടെ മിശ്രിതമാണ് യഥാർത്ഥത്തിൽ സിമന്റ്. ആഫ്രിക്കൻ ഒച്ചുകളുടെ കാൽക്കേരിയസ് ഷെല്ലുകൾ നിർമ്മി ക്കുവാൻ കാത്സ്യം ആവശ്യമുണ്ടുതാനും. സിമന്റ് കോൺക്രീറ്റിലെ കാത്സ്യം ആഫ്രിക്കൻ ഒച്ചിന്റെ ശരീരത്തിനുള്ളിൽ മെറ്റാബോളിസം നടന്ന് കാത്സ്യം നിക്ഷേപിക്കുന്നുണ്ടോ എന്ന് പരിശോധിക്കേണ്ടതാ യുണ്ട്. ഇതുമായി ബന്ധപ്പെട്ട പരീക്ഷണങ്ങളും കൂടാതെ വിഷമു ള്ളതും വിഷമില്ലാത്തതുമായ ഒച്ചുകളെ തിരിച്ചറിയുക. ഇവയുടെ വളർച്ച തടയുന്നതെങ്ങനെ, ഇവയെ നശിപ്പിക്കുന്നതെങ്ങിനെ, ഇവയെ പിടിക്കുന്നതിനാവശ്യമായ ഒരു ഉപകരണം ഡിസൈൻ ചെയ്യുക എന്ന തുമാണ് ഈ പ്രോജക്ടിൽ ഉൾപ്പെടുത്തിയിരിക്കുന്നത്.

പരികല്പന

1. ആഫ്രിക്കൻ ഒച്ചുകൾ സിമന്റ് കോൺക്രീറ്റ് ആഹാരമാക്കുകയും കാത്സ്യം വലിച്ചെടുക്കുകയും കെട്ടിടങ്ങൾക്ക് കേടുപാടുണ്ടാക്കു കയും ചെയ്യുന്നു.

2. ചില രാസവസ്തുക്കൾ ഉപയോഗിച്ച് ആഫ്രിക്കൻ ഒച്ചിനെ പൂർണ്ണമായും നശിപ്പിക്കാം.

ഉദ്ദേശ്യം

1. ആഫ്രിക്കൻ ഒച്ചുകൾ കോൺക്രീറ്റ് കെട്ടിടങ്ങളെ ബാധിക്കുന്നുണ്ടോ എന്ന് പരിശോധിക്കുക.

2. വിവിധയിനം ആഫ്രിക്കൻ ഒച്ചുകളെ തിരിച്ചറിയുക.

3. ആഫ്രിക്കൻ ഒച്ചുകളെ നിർമ്മാർജ്ജനം ചെയ്യുന്നതിനുള്ള മാർഗ്ഗങ്ങൾ കണ്ടെത്തുക.

4. ആഫ്രിക്കൻ ഒച്ചുകളുടെ ദോഷവശങ്ങളെക്കുറിച്ച് പൊതുജനങ്ങളെ ബോധവാന്മാരാക്കുക.

പഠനരീതി

ഈ പ്രോജക്ട് ചെയ്യുന്നതിനായി താഴെ പറയുന്ന രീതികൾ അവലംബിക്കുന്നു.

1. പരീക്ഷണരീതി
2. അഭിമുഖം
3. ഫീൽഡ് വിസിറ്റ്

വിവരശേഖരണം

പ്രധാനപ്പെട്ട വസ്തുവായ കോൺക്രീറ്റ് ശേഖരിച്ചത് പഴയ കെട്ടിട അവശിഷ്ടങ്ങളിൽനിന്ന്. 2 പ്ലാസ്റ്റിക് പാത്രങ്ങൾ, കാജേബ് ഇലകൾ, പുകയില, ഉപ്പ് തുടങ്ങിയവ സൂപ്പർമാർക്കറ്റുകളിൽനിന്നും കോപ്പർസൾഫേറ്റ് (തുരിശ്), ഇലക്ട്രോണിക് ബാലൻസ് എന്നിവ സ്കൂൾ ലബോറട്ടറിയിൽനിന്നും ശേഖരിച്ചു.

അപഗ്രഥനം

ആഫ്രിക്കൻ ഒച്ച് രാത്രികാലങ്ങളിലാണ് സഞ്ചരിക്കുന്നത്. അതിന്റെ പുറത്ത് വഴുവഴുപ്പുള്ള ഒരു പദാർത്ഥം ഉള്ളതിനാൽ കൈകൊണ്ട് തൊടാൻ പാടുള്ളതല്ല. എപ്പോഴും ഗ്ലൗസുകൾ ഉപയോഗിക്കണം. ഒച്ചിനെ പിടിക്കുന്നതിനായി ഒരു ഉപകരണം (സ്നെയിൽ ക്യാച്ചർ) ഡിസൈൻ ചെയ്യുകയുണ്ടായി.

ഒരു പ്ലാസ്റ്റിക് ബോട്ടിലിന്റെ അടിഭാഗം 10സെ.മി. നീളത്തിൽ നാല് തുല്യഭാഗങ്ങളായി മുറിച്ചു. അതിൽ ഓരോന്നിലൂടെയും ഓരോ ചരട് കടത്തിവിട്ടു. കുപ്പിയുടെ അടപ്പിന്റെ മധ്യഭാഗത്തായി ഒരു ദ്വാരം ഉണ്ടാക്കി നാലു ചരടുകളും പുറത്തെടുത്തു. ചരടുകൾ

പുറത്തേക്ക് വലിക്കുമ്പോൾ താഴെയുള്ള 4 പ്ലാസ്റ്റിക് പാളികൾ അക ലുകയും ചരടുകൾ വിട്ടുകൊടുക്കുമ്പോൾ അകത്തേക്ക് വരുകയും ചെയ്യും. ഈ വിധത്തിൽ ഒച്ചിനെ പിടിക്കാവുന്നതാണ്.

പ്രവർത്തനം 1

സ്നെയിൽ ക്യാച്ചർ എന്ന ഉപകരണം ഉപയോഗിച്ച് 20ഒച്ചുകളെ പിടിച്ചു. രണ്ട് പ്ലാസ്റ്റിക് പാത്രങ്ങളിൽ 10 എണ്ണം വീതം എടുത്തു. പ്ലാസ്റ്റിക് പാത്രങ്ങളെ A,B എന്നീ ലേബൽ ചെയ്തു. A എന്ന പാത്ര ത്തിൽ 10 ഒച്ചുകളും ഒരു കഷണം കോൺക്രീറ്റ് (215 ഗ്രാം)ഉം മറ്റേ പാത്രത്തിൽ 10 ഒച്ചുകളും മാത്രം എടുത്തു. എല്ലാദിവവും 5 മില്ലി ജലം സ്പ്രെയർ ഉപയോഗിച്ച് തളിച്ചുകൊടുത്തു. 5, 10, 15, 20 ദിവ സങ്ങളുടെ ഇടവേളകളിൽ നിരീക്ഷണങ്ങൾ നടത്തി. നിരീക്ഷണ ങ്ങൾ പട്ടികപ്പെടുത്തി.

ക്രമ നമ്പർ	പരീക്ഷണം	നിരീക്ഷണം	നിഗമനം
1.	Container - A കോൺക്രീറ്റ് കഷ ണവും 10 ഒച്ചു കളും ആവശ്യത്തിന് ജലവും.	5, 10, 15, 20 ദിവസ ങ്ങളിൽ ക്രമാനുഗത മായ വളർച്ച കണ്ടെ ത്തി. 20-ാം ദിവസം വളരെ വലുതായി കണ്ടു. കോൺക്രീ റ്റിന്റെ അളവ് കുറ ഞ്ഞതായും കണ്ടു.	ഒച്ചിന്റെ ഷെൽ വള രുന്നതിനായി കോൺക്രീറ്റിലെ കാത്സ്യം ഉപയോഗി ച്ചു.
2.	Container - B 10 ഒച്ചുകളും ആവ ശ്യത്തിന് ജലവും	5, 10, 20 ദിവസങ്ങൾ കഴിഞ്ഞിട്ടും പ്രകട മായ വളർച്ച കണ്ടില്ല.	ഒച്ചുകൾക്ക് ഭക്ഷണ ലഭ്യതക്കുറവ് ഉള്ള തുകൊണ്ട് വളർച്ച കുറഞ്ഞു.

ഒരു ഇലക്ട്രോണിക് ബാലൻസ് ഉപയോഗിച്ച് കോൺക്രീറ്റിന്റെ ഭാരം നിർണയിച്ചു. Container - A 202g

പ്രവർത്തനം 2

ക്രമ നമ്പർ	പരീക്ഷണം	നിരീക്ഷണം	നിഗമനം
1.	5 ഒച്ചുകൾ പ്ലാസ്റ്റിക് പാത്രത്തിൽ ഇട്ടു. 500 ഗ്രാം കാബേജ് ഇലകൾ ഭക്ഷണപദാർത്ഥമായി നൽകി.	പെട്ടെന്ന് വളർച്ചയുള്ളതായി കണ്ടു.	കാബേജ് ഇലകൾ വളരെ ഇഷ്ടപ്പെട്ട ഭക്ഷണമാണ്. ഇത് കൃഷിനാശത്തിനെ സൂചിപ്പിക്കുന്നു.

പ്രവർത്തനം 3

ക്രമ നമ്പർ	പരീക്ഷണം	നിരീക്ഷണം	നിഗമനം
1.	5 ഒച്ചുകൾ പ്ലാസ്റ്റിക് പാത്രത്തിൽ ഇട്ടു. ഒച്ചുകൾ മുങ്ങുന്നതുവരെ 100 ഗ്രാം ഉപ്പ് 100 മില്ലീലിറ്റർ വെള്ളത്തിൽ കലക്കിയ വെള്ളം ഒഴിച്ചു.	രണ്ട് മണിക്കൂറിനുള്ളിൽ എല്ലാ ഒച്ചുകളും നിർജ്ജീവമായി.	ഉപ്പുവെള്ളം ഒച്ചുകളെ നശിപ്പിക്കുന്നതിനായി ഉപയോഗിക്കാം.

പട്ടിക

ദിവസം	ഒച്ചിന്റെ വളർച്ച		സാംപിൾ A യിൽ കോൺക്രീറ്റിന്റെ ഭാരം
	സാംപിൾ A	സാംപിൾ B	
5	വലുപ്പവ്യത്യാസം ഇല്ല	വലുപ്പവ്യത്യാസം ഇല്ല	202 ഗ്രാം

പ്രവർത്തനം 4

വിവിധയിനം ഒച്ചുകളെ തിരിച്ചറിയുക - വിഷമുള്ളത്, വിഷമി ല്ലാത്തത് എന്നിവ. ബ്രൗൺ നിറമുള്ളതും ഇടയ്ക്ക് മഞ്ഞ വരയോ ടുകൂടിയതുമായ ഒച്ചുകൾ വിഷമുള്ളവയാണ്. മറ്റുള്ളവ വിഷമില്ലാ ത്തവയുമാണ്.

നിഗമനം

പ്രവർത്തനം 1

കോൺക്രീറ്റ് കഷണം ഇട്ടിട്ടുള്ള സാംപിൾ Aയിൽ വച്ചിട്ടുള്ള ഒച്ചുകൾക്ക് വളരെ വലുപ്പം ഉള്ളതായി കണ്ടെത്തി. അതേസമയം കോൺക്രീറ്റ് കഷണത്തിന്റെ മാസ് 13 ഗ്രാം കുറഞ്ഞതായും കണ്ടെ ത്തി. ഈ മാസിലുണ്ടായ കുറവിന് അനുസരിച്ചുള്ള കോൺക്രീറ്റ് സിമന്റിലെ കാത്സ്യം ഒച്ചുകളുടെ ഷെൽ വലുപ്പമാകുന്നതിന് ഉപ യോഗിച്ചതായും മനസ്സിലാക്കാം. മറ്റു പദാർത്ഥങ്ങൾ ചേർക്കാതി രുന്നതുകൊണ്ട്, കോൺക്രീറ്റിലെ കാത്സ്യം മാത്രം മെറ്റാബൊളീ സത്തിന് വിധേയമായതായും മനസ്സിലാക്കാം.

പ്രവർത്തനം 2

കാബേജ്, പപ്പായ പോലെയുള്ള ഭക്ഷണങ്ങൾ വളരെപെട്ടെന്ന് തിന്നുതീർക്കുന്നു. ഇവയിൽ കാത്സ്യത്തിന്റെ അളവ് കൂടുതലാ ണെന്ന് പഠനങ്ങൾ തെളിയിക്കുന്നു.

പ്രവർത്തനം 3

ഒച്ചുകളെ നശിപ്പിക്കുവാൻ ഉപ്പുവെള്ളമോ പുകയില-തുരിശ് ലായനിയോ ഉപയോഗിക്കാവുന്നതാണ്.

നിർദ്ദേശങ്ങൾ

1. ആഫ്രിക്കൻ ഒച്ചുകളുടെ പാരിസ്ഥിതിക പ്രശ്നങ്ങൾ പഞ്ചാ യത്ത് അധികാരികളെ അറിയിക്കുക

2. ആഫ്രിക്കൻ ഒച്ചുകളെ കൂട്ടമായിത്തന്നെ നശിപ്പിക്കുന്നതിന് ഹരി തകർമ്മസേനാംഗങ്ങളെ ചുമതലപ്പെടുത്തുക.

3. ആഫ്രിക്കൻ ഒച്ചുകളെപ്പറ്റി കുടുംബശ്രീ, അയൽക്കൂട്ടങ്ങൾ, തൊഴിലുറപ്പ് പദ്ധതി അംഗങ്ങൾ തുടങ്ങിയവർക്ക് ബോധവൽക്ക രണ ക്ലാസ് നൽകുക.

4. ഇതൊരു open ended project ആണ്. തുടർ ഗവേഷണങ്ങൾ സ്വാഗതം ചെയ്യുന്നു.

•••

റഫ്രിജറേറ്ററിനുപയോഗിക്കുന്ന കംപ്രസറിന്റെ ചൂട് വീട്ടാവശ്യങ്ങൾക്കുള്ള വൈദ്യുതിയാ ക്കുന്ന നൂതന മാർഗ്ഗം

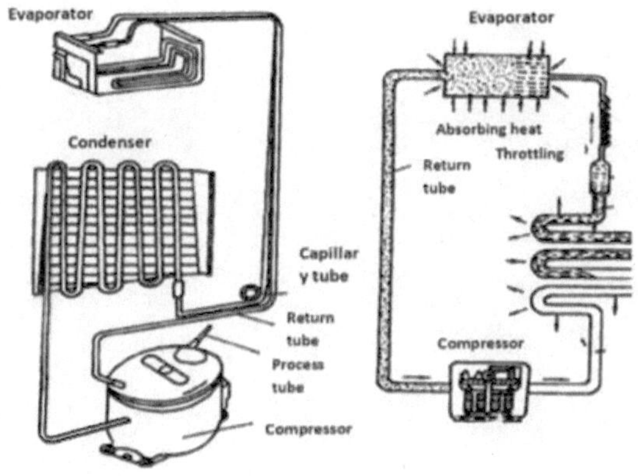

ആമുഖം

എല്ലാ വീടുകളിലുമുള്ള ഒരു വൈദ്യുതി ഉപകരണമാണ് ഫ്രിഡ്ജ്. ഇതിൽ തണുപ്പിനുള്ള പ്രതിഭാസമാണ് ശീതീകരണം (റെഫ്രിജേറേഷൻ). നമ്മുടെ ശരീരം നന്നായി വിയർക്കുമ്പോൾ ഫാനിന്റെ കാറ്റ് കൊള്ളാറുണ്ടല്ലോ. അപ്പോൾ നമുക്ക് തണുപ്പ് അനു ഭവപ്പെടാറുണ്ട്. കാറ്റ്, നമ്മുടെ ശരീരത്തുനിന്ന് ചൂട് വലിച്ചെടുക്കു ന്നതാണ് അതിനു കാരണം. ഈ തിയറിപ്രകാരം ചൂടുള്ള വസ്തു വിൽനിന്ന് അന്തരീക്ഷത്തിലേക്ക് ചൂട് പ്രവഹിക്കുന്നു. ഈ പ്രോസസ് ചാക്രികമായി തുടങ്ങുന്നതിനാൽ വസ്തു തണുക്കു കയും ചൂട് അന്തരീക്ഷത്തിലേക്ക് പോകുകയും ചെയ്യുന്നു.

ഫ്രിഡ്ജിലെ പ്രവർത്തന ദ്രാവകം ഫ്രിയോൺ ആണ്. ഫ്രിഡ്ജിലെ ഔട്ട്ഡോർ യൂണിറ്റിലുള്ള കംപ്രസ്സറിൽ എത്തുന്ന റെഫ്രിജെന്റിനെ കംപ്രസ് ചെയ്ത് ഉയർന്ന മർദ്ദവും ഉയർന്ന താപ വുമുള്ള റഫ്രിജറന്റ് ആക്കി മാറ്റുന്നു. ഇത് കണ്ടൻസറിലെത്തി താഴ്ന്ന താപനിലയിൽ ആയി മാറുന്നു. കംപ്രസറിലെ താപം അന്ത രീക്ഷത്തിലേറ്റ് പുറന്തള്ളുമ്പോൾ മുറികളിലെ താപനില ഉയരുന്നു.

ഒരു രാജ്യത്തിന്റെ സാമ്പത്തികവളർച്ചയ്ക്ക് ഉർജ്ജ ഉല്പാദനം വലിയ ഘടകം തന്നെയാണ്. റഫ്രിജറേഷൻ, എയർകണ്ടീഷൻ എന്നിവയ്ക്കു ധാരാളം ഊർജ്ജം ഉപയോഗിക്കുന്നുണ്ട്. തെർമോ ഡൈനാമിക്സിലെ രണ്ടാം നിയമമനുസരിച്ച് ഫ്രിഡ്ജിൽനിന്ന് ധാരാളം ഊർജ്ജം പുറന്തള്ളപ്പെടുന്നു. പുറന്തള്ളുന്ന ഊർജ്ജം ശരിയായ രീതിയിൽ ഉപയോഗിക്കപ്പെടുന്നില്ല. ആ കാരണത്താൽ ഫ്രിഡ്ജ് ഇരിക്കുന്ന മുറിയിലെ താപനില വർദ്ധിക്കുന്നു. ആയതി നാൽ ഉപയോഗശൂന്യമായ താപോർജ്ജത്തെ ഉപയോഗയോഗ്യ മായി മാറ്റേണ്ടത് അത്യാവശ്യമാണ്.

ഇതിനായി തെർമോ ഇലക്ട്രിക് ഇഫക്ട് ഉപയോഗപ്പെടുത്തുന്ന, തെർമോ ഇലക്ട്രിക് ജനറേറ്റർ (TEG-12706) ആണ്. ഇവിടെ ഉപ

41

യോഗിക്കുന്നത്.

കംപ്രസറിൽനിന്നും വരുന്ന താപത്തെ മേൽപറഞ്ഞ തെർമോ ഇലക്ട്രിക് ജനറേറ്ററിലൂടെ കടത്തിവിടുന്നു. ഈ TEG യ്ക്ക് രണ്ട് വയർ കണക്ഷൻ പുറത്തേക്ക് ഉണ്ട്. ഒന്നാമത്തെ വയർ ചൂടായി രിക്കും. രണ്ടാമത്തെ വയർ insulation മാറ്റി Ice box നുള്ളിലൂടെ കട ത്തിവിടും. ഇവിടെ വ്യത്യസ്ത താപനില ഉണ്ടാവുന്നു. ഇത് ഫാൻ അല്ലെങ്കിൽ മൊബൈൽ ഇൻപുട്ടിലേക്ക് കൊടുക്കുന്നു. വൈദ്യുതി ഉണ്ടാകുകയും ഫാൻ കറങ്ങുകയും ചെയ്യുന്നു.

ഇന്ന് പാരമ്പര്യ ഊർജ്ജ ഉറവിടങ്ങൾ കുറഞ്ഞുകൊണ്ടേയിരി ക്കുകയാണ്. പരിസ്ഥിതി സൗഹൃദവുമായ പുതിയ പാരമ്പര്യേതര ഊർജ്ജഉറവിടങ്ങൾ കണ്ടെത്തുകയും പാഴായിപ്പോകുന്ന ഊർജ്ജം വൈദ്യുതിയാക്കി പുനരുജ്ജീവിപ്പിക്കുകയാണ് ഈ പ്രോജക്ടിൽ ചെയ്യുന്നത്.

പരികല്പന

തെർമോ ഇലക്ട്രിക് ജനറേറ്റർ (TEG) എന്ന ഉപകരണം ഉപ യോഗിച്ച് ഹരിതവാതക ബഹിർഗമനം ഇല്ലാതെ, റഫ്രിജറേറ്ററിൽ നിന്നും പാഴായി പോകുന്ന താപത്തെ വൈദ്യുതിയാക്കി മാറ്റുവാൻ കഴിയും.

ഉദ്ദേശ്യം

1. റഫ്രിജറേറ്റർ പ്രവർത്തിക്കുമ്പോൾ പാഴായിപോകുന്ന താപത്തെ വൈദ്യുതോർജ്ജമാക്കി മാറ്റുക.

2. തെർമോ ഇലക്ട്രിക് ജനറേറ്റർ ഉപയോഗിച്ച് പാഴായി നഷ്ട പ്പെടുന്ന താപത്തെ പുനരുജ്ജീവിപ്പിക്കുക.

3. വ്യത്യസ്ത താപനിലയിലുള്ള വൈദ്യുത ഉല്പാദനത്തിന്റെ അളവ് കണ്ടുപിടിക്കുക.

4. ലഭിക്കുന്ന വൈദ്യുതോർജ്ജം പവർബാങ്കിൽ ശേഖരിച്ച് ആവ ശ്യങ്ങൾക്ക് ഉപയോഗപ്രദമാക്കുക.

വിവരശേഖരണം

ചൂടായ കംപ്രസർ, ഐസ് ക്യൂബുകൾ, ഡിജിറ്റൽ മൾട്ടി മീറ്റർ 830 ഉ, ചെമ്പുകമ്പി, അലിഗേറ്റർ വയർ, തെർമോ-ഇലക്ട്രിക് കൺവർട്ടർ, പവർബാങ്ക് വയർ, ഇൻസുലേഷൻ ടേപ്, USB പോർട്ട്.

അപഗ്രഥനം

പരീക്ഷണരീതി

ചിത്രത്തിൽ കാണിച്ചിരിക്കുന്നതുപോലെ ഉപകരണങ്ങൾ ശ്രേണിയിൽ ഘടിപ്പിക്കുക.

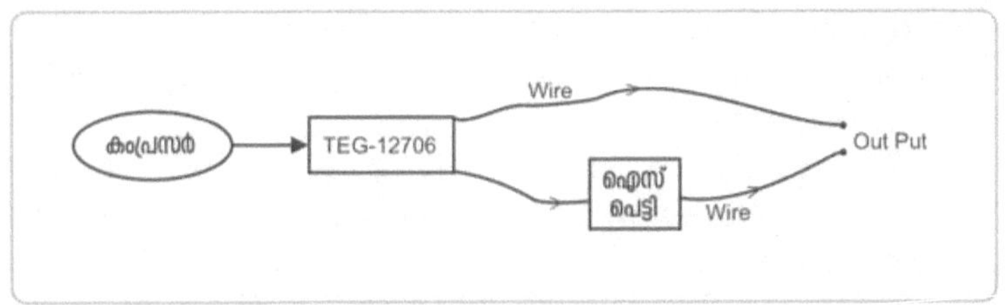

ഫാനിന് പകരം മൾട്ടിമീറ്റർ ഉപയോഗിച്ച് വോൾട്ടേജ് അളക്കാവുന്നതാണ്. ഇത് പട്ടികപ്പെടുത്താം.

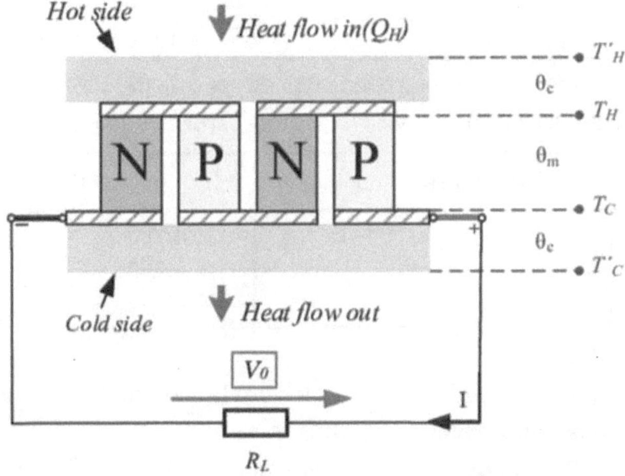

നിഗമനം

ഒരു TEGൽനിന്നു 1.1 V വൈദ്യുതി ലഭിക്കുന്നു. ഒരു മൊബൈൽ ചാർജ് ചെയ്യുവാൻ ഏകദേശം 5.5 V മതിയാകും. 5 TEGകൾ സീരീസ് മാതൃകയിൽ ഘടിപ്പിച്ചാൽ 5.5 V ലഭിക്കും. ഉപകരണങ്ങളുടെ ഊർജ്ജാവശ്യങ്ങൾക്കുള്ള അത്രയും TEG ഘടിപ്പിക്കേണ്ടതാണ്.

കേരളത്തിൽ 1 യൂണിറ്റിന് ₹6.50 നിരക്കിലാണ് വൈദ്യുതി ചാർജ്ജ് ഈടാക്കുന്നത്. ഒരു ആൻഡ്രോയ്ഡ് ഫോൺ ചാർജ് ചെയ്യുന്നതിന് ശരാ ശരി 30w വരെ വൈദ്യുതി ഉപയോഗിക്കാറുണ്ട്.

ഒരു ദിവസം = 30w

ഒരു മാസം = 30w x 30 = 900w = 0.9KWh

ഒരു വർഷം = 0.9 x 12 = 10.8KWh

ഒരു വർഷത്തെ കറണ്ട് ചാർജ് = 10.8 x 6.50 = ₹70.2

ശരാശരി ഒരു ഫാൻ രണ്ട് മണിക്കൂർ ഉപയോഗിക്കുന്നതിന് 75W കറണ്ട് ആവശ്യമാണ്.

ഒരു വർഷത്തെ കറണ്ട് ചാർജ്ജ് = 75 x 2 x 30 x 12x 6.5 = ₹351

ഒരു മൊബൈൽഫോൺ + ഒരു ഫാൻ = 70.2 + 351 = ₹421.2 രൂപ ലാഭിക്കാവുന്നതാണ്.

ക്രമ നമ്പർ	TEG-12706	മൾട്ടീമീറ്റർ റീഡിംഗ്
1.	1 എണ്ണം	1.1 V
2.	2	2.2 V
3.	3	3.3 V
4.	4	4.4 V
5	5	5.5 V

അഞ്ച് TEGകൾ ശ്രേണീരീതിയിൽ ഘടിപ്പിച്ചാൽ, മൊബൈൽ ചാർജ്ജ് ചെയ്യുവാൻ ശരാശരി 25 മിനിറ്റ് സമയം ആവശ്യമാണ്.

ക്രമ നമ്പർ	മൊബൈൽ ഫോൺ	സമയം
1.	1 എണ്ണം	22 മിനിറ്റ്
2.	2	25 മിനിറ്റ്
3.	3	28 മിനിറ്റ്

നേട്ടങ്ങൾ

1. ഒരു കംപ്രസറിൽനിന്നും പാഴായിപ്പോകുന്ന ഊർജ്ജത്തെ വൈദ്യുതോർജ്ജമായി മാറ്റുവാൻ കഴിയും.

2. ഇങ്ങനെ ലഭിക്കുന്ന വൈദ്യുതി വീട്ടാവശ്യങ്ങൾക്ക് ഉപയോഗി ക്കാവുന്നതാണ്.

3. ഇത് ലാഭകരമാണ്.

4. ഇത് തുടർച്ചയായി ലഭിക്കുന്നതും പുനരുജ്ജീവിപ്പിക്കാവുന്ന തുമാണ്.

5. ഫോസിൽ ഇന്ധനങ്ങളുടെ ഉപയോഗം കുറയ്ക്കുന്നു.

6. ഇത് ശബ്ദമലിനീകരണം ഉണ്ടാക്കുന്നില്ല.

●●●

വിഷയം

സങ്കടതടാകം

ശാസ്താംകോട്ട തടാകത്തിലെ മത്സ്യലഭ്യത ക്കുറവും കാരണങ്ങളും പരിഹാരമാർഗങ്ങളും

കൊല്ലം ജില്ലയിലെ ശാസ്താംകോട്ട, പടിഞ്ഞാറേ കല്ലട, മൈനാ ഗപ്പള്ളി പഞ്ചായത്തുകളിലായി 20 കിലോമീറ്ററോളം ചുറ്റിക്കിടക്കു ന്നതും കേരളത്തിലെ ഏറ്റവും വലിയ ശുദ്ധജലതടാകവുമാണ് ശാസ്താംകോട്ട തടാകം. വെള്ളിതാലത്തിൽ പ്രകൃതി നീട്ടിയ തെളി നീർ സമ്പത്താണ് ഇത്. തടാകത്തിന്റെ ഓരോ മൂലയിൽനിന്നു നോക്കി യാലും അതീവഗുരുതരമായ നിലയിൽ തടാകം ചുരുങ്ങിക്കൊണ്ടിരി ക്കുന്നത് കാണാവുന്നതാണ്.

തടാകം രൂപപ്പെട്ടപ്പോൾ അടിത്തട്ടിലായ വൃക്ഷങ്ങളുടെ അവശി ഷ്ടങ്ങൾ പുറത്തുവന്നുകൊണ്ടിരുന്നു. ഏകദേശം 3 കി.മി. ദൂരത്തിൽ കയർഭൂവസ്ത്രം പാകി രാമച്ചം വച്ചുപിടിപ്പിച്ചിരിക്കുന്നു. കയർ കത്തി പ്പോയി രാമച്ചം ഭൂരിഭാഗവും നശിച്ചതായും കാണാം.

തടാകത്തിന്റെ ചുറ്റുമുള്ള പ്രദേശത്ത് അനിയന്ത്രിതമായ ചെളി, കരമണൽ ഖനനമമാണ് നടക്കുന്നത്. ചെളിയും മണലുമെടുത്ത് കുഴി കളായി മാറിയ ഭൂമിയിലേക്ക് തടാകത്തിലെ വെള്ളം ഒഴുകിപ്പോയ തായി കാണാം. ഇതും മത്സ്യ-ജീവജാലങ്ങളെ സാരമായി ബാധിച്ചി ട്ടുണ്ട്.

2002ൽ അന്താരാഷ്ട്ര പ്രാധാന്യമുള്ള നീർത്തടമായി പ്രഖ്യാപിച്ച ഈ തടാകത്തിലെ ജലനിരപ്പിന്റെ കണക്ക് നോക്കിയാൽ ജീവജാല ശോഷണം അറിയുവാൻ കഴിയും. കുടിവെള്ളപദ്ധതിക്ക് പമ്പ് ചെയ്യു വാൻ ചാലുകീറി, കായലിൽ നിന്നും വെള്ളം എത്തിക്കുന്ന കിണ റിലെ സ്കെയിലിൽ ഇന്നത്തെ ജലനിരപ്പ് സമുദ്രനിരപ്പിൽനിന്ന് 19 സെ.മി. താഴെയാണ്. ഏതാണ്ട് 15 വർഷംമുമ്പ് ഈ അളവ് സമുദ്രനി രപ്പിൽനിന്ന് 3.5 മീറ്റർ മുകളിലാണ് രേഖപ്പെടുത്തിയിട്ടുള്ളത്. അതാ യത് കായൽ ഭയാനകമായ നിലയിൽ വറ്റിക്കൊണ്ടിരിക്കുകയാണ്.

ജലലഭ്യതക്കുറവ് കാരണം മത്സ്യപ്രജനനത്തിനുള്ള ബ്രീഡിംഗ് ഗ്രൗണ്ട് ഇല്ലാതെയാകുന്നു. കൂടാതെ മണൽത്തിട്ടകൾ രൂപപ്പെടുന്ന തിന്റെ ഫലമായി ധാരാളം കളസസ്യങ്ങൾ ഉണ്ടാകുന്നുണ്ട്.

നഗരവൽക്കരണം, ജനസംഖ്യാവർദ്ധനവ്, കാലാവസ്ഥാവ്യതിയാ നം, ജലത്തിന്റെ താപനില വ്യത്യാസം എന്നിവ കാരണവും മത്സ്യല ഭ്യതയ്ക്ക് കുറവ് വന്നിട്ടുണ്ട്.

ഇപ്പോൾ 10 മത്സ്യത്തൊഴിലാളികൾ മാത്രമാണ് ഈ തടാകത്തിൽ മത്സ്യബന്ധനതൊഴിലിൽ ഏർപ്പെട്ടിരിക്കുന്നത്. മറ്റുള്ളവർ മറ്റു ജലാ ശയങ്ങളിലേക്ക് മാറിപ്പോകുകയാണുണ്ടായത്. ഇതും മത്സ്യലഭ്യതക്കു റവ് കാരണമാണെന്ന് മനസ്സിലാക്കാം.

ഏതെല്ലാം മത്സ്യങ്ങളുടെ കുറവാണ് ശാസ്താംകോട്ട തടാകത്തിൽ ഉള്ളതെന്നും ഇതിനുള്ള ശാസ്ത്രീയ അന്വേഷണമാണ് ഈ പ്രോജ ക്ടിൽ ഉൾപ്പെടുത്തിയിട്ടുള്ളത്.

പരികല്പന

1. ശാസ്താംകോട്ട തടാകത്തിൽ മത്സ്യലഭ്യതക്കുറവുണ്ട്.

2. ഈ തടാകത്തിലെ മാലിന്യങ്ങളുടെ അളവ് കാരണം breeding grandsന്റെ കുറവ് ഉണ്ടാകുന്നുണ്ട്.

3. അനധികൃത മണൽഖനനം മത്സ്യവർഗ്ഗങ്ങളുടെ നാശത്തിന് കാരണമാകുന്നു.

4. മത്സ്യത്തൊഴിലാളികൾ മത്സ്യബന്ധനത്തിനായി മറ്റു ജലാശയ ങ്ങളെ ആശ്രയിക്കുന്നു.

ഉദ്ദേശ്യം

ശാസ്താംകോട്ട തടാകത്തിലെ മത്സ്യലഭ്യതക്കുറവ് പരിശോ ധിക്കാനും മത്സ്യപ്രജനനശേഷി അറിയുവാനും മത്സ്യവർഗ്ഗങ്ങളുടെ ലഭ്യതക്കുറവിന് കാരണമായ ഘടകങ്ങൾ തിരിച്ചറിയുവാനും മത്സ്യ ത്തൊഴിലാളികളുടെ കൊഴിഞ്ഞുപോക്കിന് കാരണം കണ്ടെത്തു വാനുമാണ് ഈ പ്രോജക്ടിൽ ഉദ്ദേശിക്കുന്നത്.

പഠനപ്രദേശം

കൊല്ലം ജില്ലയിലെ ശാസ്താംകോട്ട പടിഞ്ഞാറേ കല്ലട, മൈനാ ഗപ്പള്ളി പഞ്ചായത്തുകളിലായി വ്യാപിച്ചുകിടക്കുന്ന 20 കി.മി. ദൈർഘ്യമുള്ള വിസ്തൃതമായ തടാകം.

പഠനരീതി

അഭിമുഖം

ഫീൽഡ് വിസിറ്റ്

വിവരശേഖരണം

ആഴ്ചയിൽ ഒരുദിവസം എന്ന കണക്കിൽ നാലാഴ്ചകളിലായി, തടാകപരിസരത്തുള്ള മത്സ്യവിപണന കേന്ദ്രങ്ങളിലെത്തി നേരിട്ട് വിവരശേഖരണം നടത്തി. മത്സ്യലഭ്യത താഴെ പറയുന്ന പ്രകാരം ക്രോഡീകരിച്ച് നൽകിയിട്ടുണ്ട്. 10 മത്സ്യത്തൊഴിലാളികളാണ് മത്സ്യ

ബന്ധനത്തിൽ ഏർപ്പെട്ടിരിക്കുന്നത്. ഓരോരുത്തരും ഏകദേശം 8 മണിക്കൂർ മത്സ്യബന്ധനം നടത്തി.

അപഗ്രഥനം

കേരള അക്വാട്ടിക് ബയോളജി വകുപ്പിന്റെ ലിസ്റ്റ് പ്രകാരം നില വിൽ 17 ഇനം മത്സ്യങ്ങളാണ് പ്രധാനമായും ശാസ്താംകോട്ട കായ ലിൽ ഉള്ളത്. എന്നാൽ ഈ മത്സ്യങ്ങളുടെ നിലവിലെ ലഭ്യത നേരിട്ട് മനസ്സിലാക്കി പട്ടികപ്പെടുത്തിയിരിക്കുന്നു.

ഫീൽഡ് വിസിറ്റ് നടത്തിയതിന്റെ വിവരങ്ങൾ

മത്സ്യങ്ങൾ	ദിവസം 1 (എണ്ണം)	ദിവസം 2 (എണ്ണം)	ദിവസം 3 (എണ്ണം)	ദിവസം 4 (എണ്ണം)
1. പള്ളത്തി	500	600	450	550
2. അസാംവാള	2	1	2	2
3. പരൽ	400	400	500	500
4. മുരൽ	12	20	12	6
5. ബ്ലാണിൻ	2	–	–	1
6. കണമ്പ്	10	–	6	10
7. കുരി	6	1	2	10
8. കുറുവ	200	150	100	40
9. വരാൽ	2	4	12	2
10. കാരി	2	–	–	2
11. മാനത്തുകണ്ണി	30	–	–	2
12. തിലാപ്പിയ	45	10	12	16
13. മുശി	10	2	2	1
14. ആരകൻ	–	–	–	–
15. ആറ്റുവാള	–	–	–	–
16. കരിമീൻ	–	–	–	–
17. പൂവാലിപ്പരൽ	–	–	–	–

അഭിമുഖം

അക്വാട്ടിക് ബയോളജിയിൽ ഗവേഷണം നടത്തിയതും ശാസ്താംകോട്ട സ്വദേശിയുമായ ഡോ. സുശീൽകുമാറിന്റെ വസ തിയിൽ എത്തി അഭിമുഖം നടത്തി.

വിദ്യാർത്ഥികൾ   :   നമസ്കാരം സർ.

ഡോക്ടർ   :   നമസ്കാരം.

വി   :   സർ, ശാസ്താംകോട്ട തടാകത്തിലെ മത്സ്യല ഭ്യത പഠിക്കുവാൻ എത്തിയ വിദ്യാർത്ഥിക ളാണ് ഞങ്ങൾ. ഇന്നത്തെ മത്സ്യലഭ്യതയ്ക്ക് മുൻകാലങ്ങളെ അപേക്ഷിച്ച കുറവുണ്ടോ? അതിനുള്ള കാരണവും പറയാമോ?

ഡോ.   :   മത്സ്യലഭ്യത കുറവുണ്ട്. കാരണങ്ങൾ പലതാ ണ്. ഒന്ന്, ജലത്തിന്റെ അളവ് അനിയന്ത്രിത മായി കുറയുന്നു. ഇക്കാരണത്താൽ മത്സ്യപ്ര ജനനം നടത്തുന്നതിനുള്ള പാരിസ്ഥിതിക ഘട കങ്ങൾ ഇല്ലാതാകുന്നു.

വി.   :   അനധികൃത മണലെടുപ്പ് ഇതിനെ ബാധിച്ചി ട്ടുണ്ടോ?

ഡോ.   :   തീർച്ചയായും. മണലെടുപ്പ് കാരണം ഭൂഗർഭ തുരങ്കം സൃഷ്ടിക്കുകയും തടാകത്തിലെ വെള്ളം കിലോമീറ്റർ അകലേക്ക് ഒഴുകിപ്പോ കുകയും ചെയ്തിട്ടുണ്ട്.

വി   :   ലഭ്യത കുറയുന്ന മത്സ്യവിഭാഗങ്ങൾ ഏതെല്ലാ മാണ് സാർ?

ഡോ.   :   കരിമീൻ, കണമ്പ്, ചെമ്മീൻ എന്നിവ

വി.   :   തീരെ ലഭ്യമല്ലാതായിട്ടുള്ള മത്സ്യങ്ങൾ ഏതെ ല്ലാമാണ് സാർ?

ഡോ.   :   കരിമീൻ, ആരകൻ, ആറ്റുവാള, പൂവാലിപരൽ ഇവ കുറെ നാളുകളായി കാണാൻ ഇല്ല.

വി.   :   മത്സ്യത്തൊഴിലാളികളെപ്പറ്റി രണ്ട് വാക്ക്...

ഡോ.   :   മത്സ്യത്തൊഴിലാളികൾ ഇവിടംവിട്ട് പോകുക

യാണ്. മറ്റു ജലാശയങ്ങൾ, കായൽ, കടൽ എന്നിവിടങ്ങളിലേക്ക് പോകുന്നുണ്ട്.

വി.   :   ഇത്രയും വിവരങ്ങൾ നൽകിയതിന് വളരെ നന്ദി സർ..

ഡോ.   :   നന്ദി.

നിഗമനം

അഭിമുഖം, ഫീൽഡ് വിസിറ്റ്, സർവേ എന്നീ മാനകങ്ങൾ പ്രകാരം മത്സ്യലഭ്യതയ്ക്ക് കുറവുള്ളതായി മനസ്സിലാക്കാം. ഇതിന്റെ പ്രധാനകാരണങ്ങൾ

1. ജലലഭ്യതക്കുറവ്
2. പരിസ്ഥിതി മലിനീകരണം
3. കാലാവസ്ഥാ വ്യതിയാനം
4. മണൽഖനനം

ഏറ്റവും കൂടുതൽ ലഭിക്കുന്ന മത്സ്യങ്ങൾ പള്ളത്തി, കുറുവ, തിലാപ്പിയ, പരൽ എന്നിവയാണ്.

കരിമീൻ, ആരകൻ, ആറ്റുവാള, പൂവാലിപരൽ എന്നീ മത്സ്യങ്ങൾ വളരെയേറെ അളവിൽ ഉണ്ടായിരുന്നതും മികച്ച വരുമാനം നേടി അന്നിരുന്നവയും കയറ്റുമതി ചെയ്തിരുന്നവയുമായ മത്സ്യയിന ങ്ങളാണ്. എന്നാൽ ഇവയുടെ സാന്നിദ്ധ്യം പോലും ഇന്ന് കാണു ന്നില്ല.

പരിഹാരം

മത്സ്യലഭ്യതക്കുറവിന് പരിഹാരമായി താഴെ പറയുന്ന നിർദേ ശങ്ങൾ സമർപ്പിക്കുന്നു.

1. മീനൂട്ട്:- കക്കയിറച്ചിയും തേങ്ങപിണ്ണാക്കും മിശ്രിതമാക്കി ഉണക്കിയെടുത്ത് രണ്ടുദിവസം കൂടുമ്പോൾ തീറ്റയായി നൽകുന്ന രീതി.

2. പരിസ്ഥിതിമലിനീകരണമുണ്ടാക്കിയിട്ടുള്ള പ്ലാസ്റ്റിക് പോലുള്ള പദാർത്ഥങ്ങൾ തടാകത്തിൽ എത്താതിരിക്കുന്നതിന് ശക്തമായ കാവൽ ഏർപ്പെടുത്തുക.

3. മത്സ്യക്കുഞ്ഞുങ്ങളെ നിക്ഷേപിക്കുക
4. മത്സ്യപ്രജനനത്തിനും വളർച്ചക്കും സഹായകരമായ കൃത്രിമ

പാർ നിർമ്മിക്കുക.

5. തുടർച്ചയായ സർവേകൾ നടത്തി ഗ്രാമപഞ്ചായത്തുകളു മായി സഹകരിച്ച് മത്സ്യലഭ്യതക്കുറവ് പരിഹരിക്കുവാനുള്ള പദ്ധ തികൾ കണ്ടെത്തുക.

•••

തൊഴിലുറപ്പ് പദ്ധതിയും ജൈവ വൈവിധ്യ ശോഷണവും പരിഹാരമാർഗ്ഗങ്ങളും

സർട്ടിഫിക്കറ്റ്

കുമാരി **ദേവിക ആർ.**, കുമാരി **ശ്രീഗാഥ ബി.** എന്നീ വിദ്യാർത്ഥി കൾ തൊഴിലുറപ്പ് പദ്ധതി ജൈവവൈവിധ്യത്തെ എങ്ങനെ ബാധിക്കുന്നു എന്ന വിഷയത്തെക്കുറിച്ച് തയ്യാറാക്കിയ പ്രോജക്ട് എന്റെ അറിവും സമ്മതത്തോടുംകൂടിയാണ്.

കൊല്ലം

16.08.2022

പ്രിൻസിപ്പാൾ

(ഒപ്പ്)

(സീൽ)

നന്ദി

തൊഴിലുറപ്പ് പദ്ധതി ജൈവവൈവിദ്ധ്യത്തെ എങ്ങനെ ബാധി ക്കുന്നു എന്ന വിഷയത്തെക്കുറിച്ച് അന്വേഷണാത്മക പ്രോജക്ട് തയ്യാ റാക്കുവാൻ ഞങ്ങളെ സഹായിച്ച എല്ലാവർക്കും നന്ദി രേഖപ്പെടുത്തു ന്നു. ഈ വിഷയത്തിൽ വിവരങ്ങൾ ശേഖരിക്കുവാൻ സഹായിച്ച ഈ നാട്ടിലെ എല്ലാവർക്കും, പ്രിൻസിപ്പൽ, മറ്റു സഹഅദ്ധ്യാപകർ, പിടി എ, സയൻസ് ക്ലബ്ബിലെ എല്ലാ വിദ്യാർത്ഥികൾക്കു ഞങ്ങളുടെ ടീച്ചർ ഗൈഡ് ആയ ജ്യോതി ടീച്ചർക്കും നന്ദി രേഖപ്പെടുത്തുന്നു.

കൊല്ലം
16.08.2022

ദേവിക ആർ
ശ്രീഗാഥ ബി

ആമുഖം

പ്രകൃതിയിലെ ഏറ്റവും വലിയ അത്ഭുതമാണ് ജീവൻ. ഭൂമിയിൽ ജീവൻ കാണപ്പെടുന്ന ഭാഗമാണ് ജീവമണ്ഡലം. അന്തരീക്ഷത്തിൽ ഏകദേശം 10 കി.മി. ഉയരത്തിലും സമുദ്രത്തിൽ 10 കി.മി. ആഴ ത്തിലും ജീവമണ്ഡലം വ്യാപിച്ചുകിടക്കുന്നു. ഭൂമിയിൽ മാത്രമാണ് ജീവനുള്ളത്. ജീവമണ്ഡലത്തിന് പുറത്ത് ജീവനുണ്ടോ എന്ന് അന്വേഷിക്കുന്ന ശാസ്ത്രശാഖയാണ് എക്സ് ബയോളജി.

ഭൂമിയിൽ വസിക്കുന്ന വൈവിധ്യമാർന്ന മുഴുവൻ ജീവസമൂഹ ങ്ങളും അവയുടെ ആവാസവ്യവസ്ഥകളും ചേർന്നതാണ് ജൈവ വൈവിധ്യം. സ്പീഷീസുകളുടെ വൈവിധ്യം, ജനിതകവൈവിധ്യം എന്നീ തലങ്ങൾ ഇതിൽ ഉൾപ്പെടും. ജീവമണ്ഡലത്തിലെ ജൈവ സമ്പത്തിനെ സൂചിപ്പിക്കുന്ന ജൈവവൈവിധ്യം എന്ന പദം ആദ്യ മായി ഉപയോഗിച്ചത് 1985ൽ വാൾട്ടർ ജി റോസിൻ എന്ന ബ്രിട്ടീഷ് പ്രകൃതി ശാസ്ത്രകാരനാണ്. നമുക്ക് പ്രകൃതിയിൽ പലതരത്തി ലുള്ള ആവാസവ്യവസ്ഥകൾ ഉണ്ട് – വനം, സമുദ്രം, പുൽമേടു കൾ, തുന്ദ്ര, തണ്ണീർതടം, മരുഭൂമി etc.

എല്ലാ ആവാസവ്യവസ്ഥകളിലും ജൈവസമ്പന്നത വ്യത്യസ്ത മാണ്. ഒരു ആവാസവ്യവസ്ഥയിലുള്ള ജീവികൾ എല്ലാംതന്നെ മറ്റൊരു ആവാസവ്യവസ്ഥയിൽ കാണണമെന്നില്ല. സ്വാഭാവിക ആവാസവ്യവസ്ഥകൾ ജൈവവൈവിധ്യത്തിന്റെ കലവറയാണ്. അവയെ സംരക്ഷിക്കേണ്ടത് നമ്മുടെ ഉത്തരവാദിത്തമാണ്.

ജൈവവൈവിധ്യസേവനങ്ങൾ

a. ഭക്ഷണം

b. മരുന്ന്

c. ഇന്ധനങ്ങൾ

d. നിർമ്മാണവസ്തുക്കൾ

സാംസ്കാരിക സേവനങ്ങൾ

a. സൗന്ദര്യാസ്വാദനം

b. വിനോദങ്ങൾ

c. പഠനം

d. ആചാരാനുഷ്ഠാനങ്ങൾ

പാരിസ്ഥിതികസേവനങ്ങൾ

a. മണ്ണ് രൂപീകരണം
b. മണ്ണൊലിപ്പ് തടയൽ
c. O_2-CO_2 സംതുലനം
d. ശുദ്ധജലലഭ്യത
e. വെള്ളപ്പൊക്ക നിയന്ത്രണം
f. കാലാവസ്ഥാ നിയന്ത്രണം

സഹായസേവനങ്ങൾ

a. പോഷകസംക്രമണം
b. പരാഗണം
c. ജൈവനിയന്ത്രണം
d. വിത്തുവിതരണം

ജൈവവൈവിധ്യശോഷണം

നമുക്കുചുറ്റുമുള്ള ജൈവവൈവിധ്യത്തിന് ശോഷണം സംഭവി ച്ചു എന്ന് മനസ്സിലാക്കാൻ ഏറ്റവും നല്ല മാർഗ്ഗമാണ് പക്ഷിനിരീ ക്ഷണം. ധാരാളം പക്ഷികളാൽ സമ്പന്നമായിരുന്നു നമ്മുടെ പരിസ രം. ആവാസവ്യവസ്ഥകളുടെ വൻതോതിലുള്ള ശിഥിലീകരണം മൂലം ഈ പക്ഷികളിൽ പലതും നമ്മുടെ ചുറ്റുപാടുകളിൽനിന്നും അപ്രത്യക്ഷമയിരിക്കുന്നു. വംശനാശം ഏറ്റവും എളുപ്പത്തിൽ നട ക്കുന്നത് പക്ഷികളിലാണ്.

കാരണങ്ങൾ

1. പ്രകൃതിവിഭവങ്ങളുടെ അമിതമായ ചൂഷണം
2. കൃഷിയിടങ്ങളിൽ വ്യാപകമായി ഉപയോഗിച്ചുവരുന്ന രാസ വസ്തുക്കൾ
3. നഗരവത്കരണം
5. അമിതമായി കന്നുകാലികളെ മേയുവാൻ അനുവദിക്കുക.

DDT പോലുള്ള മാരകമായ കീടനാശിനികൾ സൃഷ്ടിക്കുന്ന പാരിസ്ഥിതിക-ആരോഗ്യപ്രശ്നങ്ങൾ പ്രതിപാദിച്ച് റേച്ചർ കാഴ്സൺ എന്ന അമേരിക്കൻ ഗവേഷകൻ 1962ൽ പ്രസിദ്ധീകരിച്ച "നിശബ്ദവസന്തം' എന്ന പുസ്തകം ലോകശ്രദ്ധ നേടുകയുണ്ടാ യി. ഇൻസെക്ട് ബോംബ് എന്ന ഓമനപ്പേരിൽ പെട്രോളിയം ഉല്പ

ന്നങ്ങളുമായി കലർത്തി DDT കൃഷിയിടങ്ങളിൽ വ്യാപകമായി സ്പ്രേ ചെയ്തതിലൂടെ ചെറുജന്തുക്കളോടൊപ്പം പക്ഷികളും കൂട്ടത്തോടെ ചത്തൊടുങ്ങുന്ന കാര്യം കാഴ്സൺ നിശ്ശബ്ദവസന്തത്തിലൂടെ ചൂണ്ടിക്കാട്ടി. 1992ൽ അമേരിക്കയിൽ DDT നിരോധിക്കുവാൻ കാരണം ഈ പുസ്തകമാണ്.

വിവിധ കാരണങ്ങളാൽ വംശനാശം നേരിടുന്ന ചില ജീവജാലങ്ങൾ

1. അശോകമരം
2. മരമഞ്ഞൾ
3. മലബാർ വെരുക്
4. വരയാട്
5. സിംഹവാലൻ കുരങ്ങ്
6. മലമുഴക്കിവേഴാമ്പൽ

ജൈവവൈവിധ്യം സംരക്ഷിക്കാം

പ്രകൃതിയെ സംരക്ഷിച്ചുകൊണ്ടുള്ള വികസനമേ നിലനിൽക്കുകയുള്ളൂ. അതിനാൽ ജൈവവൈവിധ്യത്തോടുള്ള വിവേകപൂർണ്ണമായ സമീപനമാണ് നാം സ്വീകരിക്കേണ്ടത്.

വിവിധതരം ജൈവവൈവിധ്യമാർഗ്ഗങ്ങൾ

1. എക്സിറ്റു കൺസർവേഷൻ

ജീവജാലങ്ങളെ അവയുടെ ആവാസവ്യവസ്ഥയുടെ പുറത്ത് സംരക്ഷിക്കുന്ന രീതിയാണ് എക്സിറ്റു കൺസർവേഷൻ.

ഉദാ: 1. ബൊട്ടാണിക്കൽ ഗാർഡൻ
2. സുവോളജക്കൽ ഗാർഡൻ
3. ജീൻബാങ്കുകൾ

2. ഇൻസിറ്റു കൺസർവേഷൻ

ജീവജാലങ്ങളെ അവയുടെ ആവാസവ്യവസ്ഥയിൽതന്നെ സംരക്ഷിക്കുന്ന രീതിയാണ് ഇൻസിറ്റു കൺസർവേഷൻ

ഉദാ: 1. വന്യജീവി സങ്കേതങ്ങൾ
2. നാഷണൽ പാർക്കുകൾ
3. ബയോസ്ഫിയർ റിസർവ്
4. കമ്യൂണിറ്റി റിസർവ്
5. കാവുകൾ

തൊഴിലുറപ്പ് പദ്ധതി

പ്രതിവർഷം 100 തൊഴിൽദിനങ്ങൾ നൽകിക്കൊണ്ട് ഓരോ കുടുംബത്തിലെയും ഒരാൾക്ക് തൊഴിൽ നൽകുന്ന പദ്ധതിയാണ് തൊഴിലുറപ്പ് പദ്ധതി. ഇത് പ്രാവർത്തികമാക്കിയത് 2006ലാണ്. ഈ പദ്ധതി താഴെ പറയുന്നവയ്ക്ക് പ്രത്യേക പ്രാധാന്യം നൽകിവരുന്നു.

- സാമ്പത്തിക സുരക്ഷ
- സ്വയം തൊഴിൽ
- സ്ത്രീശാക്തീകരണം
- അഴിമതി നിർമ്മാർജ്ജനം

ഈ പ്രോജക്ടിലൂടെ അര തൊഴിലവസരങ്ങൾ സൃഷ്ടിക്കുകയും വനികൾക്കുവേണ്ടി മാറ്റിവെക്കുകയും സ്ത്രീ-പുരുഷ തുല്യ വേതനം, തൊഴിൽസ്ഥലത്ത് സ്ത്രീസുരക്ഷ എന്നിവ നൽകുന്നതിലൂടെ വ്യക്തികളുടെ ജീവിതസാഹചര്യങ്ങൾ – അതുവഴി സമൂഹത്തിന്റെ ജീവിതസാഹചര്യം വളരെ മാറ്റുവാൻ കാരണമായി.

തൊഴിലുറപ്പ് പദ്ധതി പ്രധാനമായും പരിസരശുചീകരണത്തിനാണ് പ്രാധാന്യം നൽകുന്നത്. ഇതിന്റെ ഗുണഭോക്താക്കൾ സ്ത്രീകളായതുകൊണ്ട് കഠിനജോലികൾ ചെയ്യാറില്ല. അതിനാൽ കാർഷികവൃത്തിയായിരിക്കും കൂടുതൽ ശ്രദ്ധ കേന്ദ്രകരിക്കുന്നത്. കാർഷികവൃത്തിയിൽ ഏറെയും പരിസരശുചീകരണമാണ് നടത്തുന്നത്. ഇക്കാരണത്താൽ നാട്ടിൽ ലഭ്യമായിരുന്ന പല ഔഷധസസ്യങ്ങൾക്കും നാശം വന്നിരിക്കുന്നു. തുടർച്ചയായ ഈ പ്രവർത്തനം കാരണം ജൈവവൈവിധ്യത്തിന് ശോഷണം സംഭവിച്ചിരിക്കുന്നു.

നമ്മുടെ ആവാസവ്യവസ്ഥയിൽ നിരവധി ഭക്ഷ്യശൃംഖലകൾ ഉണ്ട്. ഈ ഭക്ഷ്യശൃംഖലകൾ എല്ലാംതന്നെയും പരസ്പരം ബന്ധപ്പെട്ടുകിടക്കുകയാണ്. ഇങ്ങനെ വലക്കണ്ണികൾപോലെ രൂപപ്പെടുന്ന ഭക്ഷ്യശൃംഖലകളുടെ കൂട്ട് ആണ് ഭക്ഷ്യശൃംഖലാജാലം. ഈ ഭക്ഷ്യശൃംഖലകളിലെ ഏതെങ്കിലും ഒരു ജീവിവർഗം ഇല്ലാതായാൽ ആ ആവാസവ്യവസ്ഥകളില മുഴുവൻ ജീവജാലങ്ങളുടെ നിലനിൽപിനെയും ബാധിക്കും. മനുഷ്യന്റെ വിവേകരഹിതമായ പല പ്രവർത്തനങ്ങളും ആവാസവ്യവസ്ഥയിലെ ജീവജാലങ്ങളുടെ നാശത്തിലേക്ക് നയിക്കുന്നതാണ്. ഈ അവസരത്തിൽ തൊഴിലുറപ്പും

ജൈവവൈവിധ്യവും എന്ന ഈ പ്രോജക്ട് വളരെ പ്രാധാന്യമർഹി ക്കുന്നതാണ്.

പ്രശ്നം

ഞങ്ങളുടെ ക്ലാസിലെ ഗൗരിക്ക് പല്ലുവേദന വന്നപ്പോൾ ആ വിവരം ഞങ്ങളുടെ ക്ലാസ് അധ്യാപികയെ അറിയിച്ചു. അപ്പോൾ ടീച്ചർ സ്കൂൾ പരിസരത്തുള്ള പല്ലുവേദന ചെടിയെപ്പറ്റി പറഞ്ഞു. അത് എടുത്തുകൊണ്ടുവരാൻ ആവശ്യപ്പെടുകയും ചെയ്തു. എന്നാൽ അവിടെ പോയ ഞങ്ങൾ ആകെ നിരാശരായി. അവിടെ യെല്ലാം വെട്ടിക്കിളച്ച് വൃത്തിയാക്കിയിട്ടിരിക്കുന്നു. ഇത് ഒരു പ്രശ്ന മായി മനസ്സിലാക്കിയ ഞങ്ങൾ ശാസ്ത്രക്ലബ്ബിന്റെ മീറ്റിംഗിൽ അവ തരിപ്പിച്ചു. അവിടെവെച്ച് എല്ലാവരും ചേർന്ന് എടുത്ത തീരുമാന ത്തിന്റെ അടിസ്ഥാനത്തിലാണ് ഈ പ്രോജക്ട് തയ്യാറാക്കിയിട്ടു ള്ളത്.

പഠനപ്രദേശം

കൊല്ലം ജില്ലയിലെ ആലപ്പാട് പഞ്ചായത്ത്

പഠനരീതി

അഭിമുഖം, ഫീൽഡ് വിസിറ്റ്, സർവ്വേ

അപഗ്രഥനം

....

കൃഷി ഓഫീസറുമായുള്ള അഭിമുഖം

വിദ്യാർത്ഥികൾ : നമസ്കാരം സർ, ജൈവവൈവിധ്യത്തെ പറ്റി കൂടുതൽ അറിയുവാൻ അടുത്തുള്ള വിദ്യാലയ ത്തിൽ നിന്നും വന്നിട്ടുള്ള വിദ്യാർത്ഥികളാണ് ഞങ്ങൾ

ഓഫീസർ : നമസ്കാരം.. ചോദിക്കൂ...

വിദ്യാർത്ഥികൾ : മനുഷ്യന്റെ വിവേകരഹിതമായ പ്രവർത്തന ങ്ങൾ പ്രകൃതിയിലെ ജീവജാലങ്ങളുടെ ആവാ സവ്യവസ്ഥയെ ബാധിക്കുന്നുണ്ടോ സാർ?

ഓഫീസർ : തീർച്ചയായും. മനുഷ്യനും പ്രകൃതിയും തമ്മിൽ വളരെ ബന്ധപ്പെട്ടുകിടക്കുന്നു. ഓരോ വസ്തു വിനും അതിന്റേതാ. പ്രാധാന്യം ഉണ്ട്. ഏതെ ങ്കിലും ഒരെണ്ണത്തിന്റെ നാശം, ആവാസവ്യവ

സ്ഥയെ തകിടം മറിക്കും.

വിദ്യാർത്ഥികൾ : തൊഴിലുറപ്പ് പദ്ധതി ജൈവവൈവിധ്യത്തെ ബാധിക്കുന്നുണ്ടോ?

ഓഫീസർ : ഉണ്ട്. പരിസരങ്ങൾ വൃത്തിയാകുന്നതിന്റെ ഭാഗമായി ചില സസ്യങ്ങൾ പൂർണ്ണമായോ ഭാഗിക മായോ നശിക്കാറുണ്ട്. ഇത്തരം ചെടികളെ കണ്ടെത്തി സംരക്ഷിക്കുകയാണ് പ്രധാനമായും ചെയ്യേണ്ടത്.

വിദ്യാർത്ഥികൾ : നന്ദി സർ

ഓഫീസർ : നന്ദി

ഫീൽഡ് വിസിറ്റ്

സ്കൂളിലെ സയൻസ്ക്ലബ്ബ് വിദ്യാർത്ഥികളും ഞങ്ങളും ചേർന്ന തയ്യാറാക്കിയ ഈ പ്രോജക്ടിന്റെ ഭാഗമായി 12-06-22ന് 10 മണിക്ക് ഞങ്ങൾ പത്ത് പേരും അധ്യാപകനും അടങ്ങുന്ന ഒരു സംഘം അമൃതപുരി ആശ്രമത്തിലെ ലോകോത്തരമായ ഔഷധത്തോട്ടം സന്ദർശിച്ചു. അവിടെ ധാരാളം ഔഷധസസ്യങ്ങളും മറ്റും കണ്ടു. വിദഗ്ധരായ കൃഷിശാസ്ത്രജ്ഞരെ കണ്ടു. ജൈവവൈവിധ്യവു മായി ബന്ധപ്പെട്ട ഞങ്ങളുടെ സംശയങ്ങൾക്ക് അവർ മറുപടി നൽകി. അതിനുശേഷം അത്യുല്പാദനശേഷിയുള്ള സസ്യങ്ങളും കണ്ടു. ഏകദേശം 2 മണിയോടെ ഞങ്ങൾ മടങ്ങി.

സർവ്വേ

മാതൃകാ ചോദ്യാവലി

ജൈവവൈവിധ്യശോഷണവും തൊഴിലുറപ്പ് പദ്ധതിയും

ക്രമനമ്പർ:

പേര്:

സ്ഥലം:

1. തൊഴിലുറപ്പ് പദ്ധതിക്കുശേഷം ജീവിവർഗ്ഗങ്ങൾ കുറഞ്ഞി ട്ടുണ്ടോ?

2. എണ്ണത്തിൽ കുറവ് വന്ന സസ്യങ്ങൾ ഏതെല്ലാം?

3. കാർഷികമേഖലയിൽ വന്നിട്ടുള്ള മാറ്റം ജൈവവൈവിധ്യത്തെ

സ്വാധീനിക്കുന്നുണ്ടോ?

4. തൊഴിലുറപ്പ് പദ്ധതിക്കുശേഷം അപ്രത്യക്ഷമായ സസ്യങ്ങൾ ഉണ്ടോ? ഏതാണ്?

5. ഈ ചെടിയുടെ ഉപയോഗം എന്തെല്ലാമായിരുന്നു?

ഔഷധസസ്യങ്ങളും ഉപയോഗങ്ങളും

1. കച്ചോലം	അർശസ്, ശ്വാസകോശരോഗങ്ങൾ, വയറുവേദന എന്നിവ മാറ്റുന്നു
2. ശതാവരി	മൂത്രാശയരോഗത്തിനും മുലപ്പാൽ വർദ്ധനവിനും
3. കറ്റാർവാഴ	മുടി വളരുവാൻ
4. തിപ്പലി	വിളർച്ച, വിശപ്പില്ലായ്മ എന്നിവയ്ക്കും ദഹനത്തിനും
5. പനിക്കൂർക്ക	ജ്വരം, ഗ്രന്ഥിവീക്കം, അപസ്മാരം എന്നിവയ്ക്ക്

സർവ്വേ റിപ്പോർട്ട് (മാതൃക)

10 വീടുകൾക്ക് വേണ്ടിയുള്ളതാണ് ഇത്

നമ്പർ	ചോദ്യം 1	ചോദ്യം 2	ചോദ്യം 3	ചോദ്യം 4	ചോദ്യം 5
1					
2					
3					
4					
5					
6					
7					
8					
9					
10					

നിഗമനം

50 വീടുകളിൽ പോയി നേരിട്ട് സർവേ നടത്തിയതിൽ നിന്നും തൊഴിലുറപ്പ് പദ്ധതി ജൈവവൈവിധ്യശോഷണത്തെ സ്വാധീനി ച്ചിട്ടുണ്ട് എന്നതാണ്. ജീവിവർഗ്ഗങ്ങളിൽ ചിലതെല്ലാം അപ്രത്യക്ഷ മായിക്കൊണ്ടിരിക്കുന്നു. 98% പേരും തൊഴിലുറപ്പ്, കാലാവസ്ഥ എന്നിവ ജൈവവൈവിധ്യത്തെ ബാധിക്കുന്നു എന്നും 2% പേർ അഭി പ്രായമില്ല എന്നും പറഞ്ഞു.

2. എണ്ണത്തിൽ കുറവ് വന്ന സസ്യങ്ങൾ താഴെ പറയുന്നവയാണ്.

ശതാവരി	കയ്യോന്നി
തുമ്പ	വട്ടകൊടങ്ങൽ
കീഴാർനെല്ലി	മന്ദാരം
തുളസി	നൊച്ചി
അമൃത്	മുക്കുറ്റി

3. കാർഷികമേഖലയിൽ വന്നിട്ടുള്ള മാറ്റം ജൈവവൈവിധ്യത്തെ സ്വാധീനിക്കുന്നു എന്ന് 99% പേരും അഭിപ്രായപ്പെട്ടു.

4. തൊഴിലുറപ്പ് പദ്ധതി നിലവിൽവന്നതിനുശേഷം അപ്രത്യക്ഷമായ സസ്യമാണ് അതിവിടയം. ഈ സസ്യം പനി, അലർജി, ശരീരവേദന എന്നിവയ്ക്ക് നല്ലതാണ്. ഈ പ്രദേശത്തെ ആളുകൾക്ക് ഇതിന്റെ ഉപയോഗം നന്നായി അറിയാം. എന്നാൽ ഇപ്പോൾ ഇത് ഇവിടെ ലഭ്യ മല്ല. ചെറിയ തോതിലുള്ള അന്തരീക്ഷമലിനീകരണം തടയുവാനും ഇതിന് കഴിയുമെന്ന് തെളിയിച്ചിട്ടുണ്ട്.

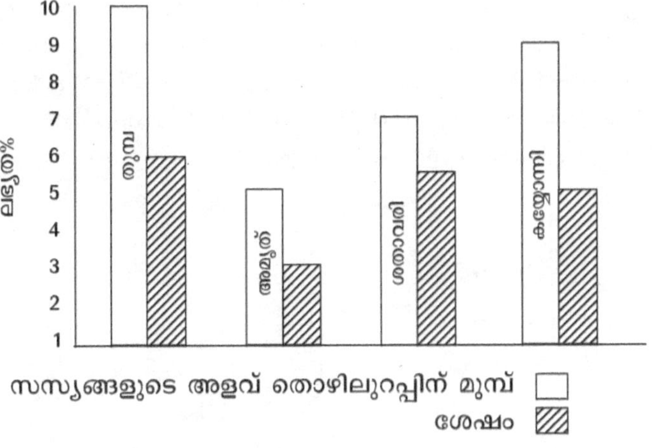

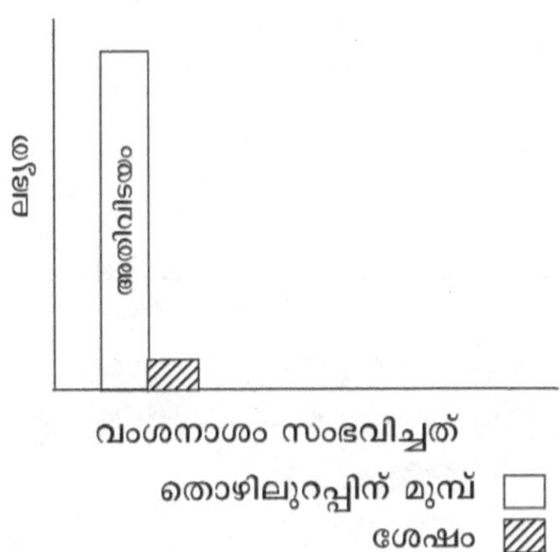

പരിഹാരങ്ങൾ

1. സീഡ് ബോൾസ്:- വിത്തുകൾ ചെറിയ പൊതികളാക്കി പലയിട
ങ്ങളിലായി നിക്ഷേപിക്കുക.

2. വീട്ടിലൊരു ഔഷധത്തോട്ടം തയ്യാറാകുക

3. ഔഷധച്ചെടി കൈമാറ്റം പ്രോത്സാഹിപ്പിക്കുക

4. നാട്ടുമരുനന്ന് ക്ലിനിക്ക് എല്ലായിടവും സ്ഥാപിക്കുക. ഇവിടെ പ്രധാന മരുന്നുചെടികൾ വളർത്തുകയും പരിപാലിക്കുകയും ചെയ്യുക. ആവശ്യക്കാർക്ക് വിതരണം ചെയ്യുന്നതിനായി ഒരു സ്റ്റാഫ്നെ ഏർപ്പാടാക്കുക. ഈ ക്ലിനിക്കിൽ എല്ലാ മരുന്ന് ചെടികളുടെയും ഉപയോഗം ബോർഡിൽ എഴുതിവയ്ക്കുക

നാട്ടുമരുന്ന് ക്ലിനിക്ക്

തുടർപ്രവർത്തനങ്ങൾ

1. തൊഴിലുറപ്പ് തൊഴിലാളികൾക്ക് ജൈവവൈവിധ്യ ബോധവൽക്കരണക്ലാസ് നടത്തി.

2. ജൈവ വൈവിധ്യശോഷണം നടക്കുന്നതിന്റെ ആഘാതം മനസ്സിലാക്കുന്നതിന് പഞ്ചായത്ത് ജില്ലാ അധികാരികൾക്ക് കത്ത് അയച്ചു.

●●●

വിഷയം

തറയോട് പാകലും പരിസ്ഥിതിയും
താരതമ്യ പഠനം – പരിഹാരം

ആമുഖം

ശുദ്ധജലം, ശുദ്ധവായു, മരുന്നുകൾ, ഭക്ഷ്യസുരക്ഷ എന്നിവ ഒരു ആരോഗ്യമുള്ള സമൂഹത്തിന്റെ അടിസ്ഥാന ആവശ്യങ്ങളാണ്. ഇത് പ്രകൃതിയുടെ സന്തുലിതാവസ്ഥയ്ക്കും അത്യന്താപേക്ഷിതമാണ്. എന്നാൽ മുൻപൊന്നും ഇല്ലാത്ത രീതിയിൽ വൈവിധ്യം നശിക്കു മ്പോൾ ആരോഗ്യത്തെ നേരിട്ടു ബാധിക്കുന്നു.

ജൈവവൈവിധ്യസംരക്ഷണം എന്നത് ലോകതത്വമായാണ് കരു തുന്നത്. ആഗോളതാപനം മുതൽ കാർബൺ ബഹിർഗമനം വരെ യുള്ള പ്രധാനവിഷയങ്ങൾ നാം ശ്രദ്ധിക്കേണ്ടതായുണ്ട്. സസ്യ-ജന്തു ജീവജാലങ്ങൾ, സൂക്ഷ്മാണുക്കൾ, ജനിതകവൈവിധ്യങ്ങൾ, മണ്ണ് പോഷകങ്ങൾ, സൂക്ഷ്മമൂലകങ്ങൾ, കീടനിയന്ത്രണം, മണ്ണൊലിപ്പ്, സസ്യങ്ങളിലെ പരാഗണം തുടങ്ങി പലവിധ പ്രവർത്തനങ്ങൾ ജൈവ വൈവിധ്യത്തെ ബാധിക്കുന്നുണ്ട്.

ലോകഭക്ഷ്യ ഉൽപാദനം, കന്നുകാലി വളർത്തൽ, ജലവിഭവങ്ങൾ...

പരികല്പന

തറയോടുകൾ പാകുന്നതിന്റെ ഫലമായി മണ്ണിലെ സൂക്ഷ്മാ ണുക്കൾ നഷ്ടപ്പെടുകയും ഭക്ഷ്യശൃംഖലയെ നശിപ്പിക്കുകയും ചെയ്യുന്നു.

ഉദ്ദേശ്യം

1. മനുഷ്യന്റെ വിവേകരഹിതമായ പ്രവർത്തനങ്ങൾ ജീവജാലങ്ങ ളുടെ ആവാസവ്യവസ്ഥയെ ബാധിക്കുന്നു.

2. മണ്ണിന്റെ ഈർപ്പം നഷ്ടപ്പെടാൻ തറയോടുകൾ കാരണമാകു ന്നുണ്ടോ എന്ന് കണ്ടെത്തുക

3. തറയോടുകൾ പാകുന്നതിന്റെ ഫലമായി അന്തരീക്ഷ താപനില വർദ്ധിക്കുന്നുണ്ടോ എന്ന് കണ്ടെത്തുക.

4. മരങ്ങൾ, ചെടികൾ, മറ്റ് ജീവജാലങ്ങളുടെ വളർച്ചയും തറയോട് പാകലും തമ്മിലുള്ള ബന്ധം കണ്ടെത്തുക.

പഠനരീതി

പരീക്ഷണരീതി, ഫീൽഡ് വിസിറ്റ്

വിവരശേഖരണം

മോയ്സ്ചർ മീറ്റർ, ലിറ്റ്മസ് പേപ്പർ, മെഷറിംഗ് സിലിണ്ടർ, ഈർപ്പമാപിനി, തെർമോമീറ്റർ, സവാള എന്നിവ വിവിധ കടക ളിൽനിന്നും ശേഖരിച്ചു.

മണ്ണിന്റെ സാമ്പിളുകൾ വീടുകളിൽനിന്നും ഗ്ലാസ് കുപ്പികളിൽ ശേഖരിച്ചു.

പഠനപ്രദേശം

കാസർഗോഡ് ജില്ലയിലെ മധുർപഞ്ചായത്ത്

പഠനരീതി

1. പരീക്ഷണരീതി
2. അഭിമുഖം

അപഗ്രഥനം

പരീക്ഷണത്തിനായി 40 വീടുകൾ സന്ദർശിച്ചു. ഒരു ടൈൽ പാകിയ വീടും തൊട്ടടുത്തുള്ള ടൈൽ പാകിയിട്ടില്ലാത്ത വീടും എന്ന ക്രമത്തിൽ 40 വീടുകളിൽനിന്നു 50 ഗ്രാം മണ്ണുവീതം ശേഖ രിച്ചു. ഇങ്ങനെ വീടുകൾ തിരഞ്ഞെടുത്തത് ഭൂപ്രകൃതിയിലുള്ള വ്യത്യാസം ബാധിക്കാതിരിക്കുന്നതിനാണ്. വീടിന്റെ പരിസരത്തു നിന്ന് 60 സെ.മി. ആഴത്തിലും 20 സെ.മി. വിസ്തൃതിയിലും 50 ഗ്രാം മണ്ണ് സാമ്പിളായി ശേഖരിച്ചു.

1. ഈർപ്പം കണ്ടുപിടിക്കൽ

മോയ്സ്ചർ മീറ്റർ ഉപയോഗിച്ച് ഓരോ സാമ്പിളിലെയും ഈർപ്പം കണ്ടെത്തി.

2. ഊഷ്മാവ് അളക്കൽ

വീടുകളിലെ മുറിക്കകത്ത് തെർമോമീറ്റർ ഉപയോഗിച്ച് താപ നില അളന്നു. റീഡിംഗുകൾ പട്ടികപ്പെടുത്തി.

3. ലിറ്റ്മസ് ടെസ്റ്റ്

2 ഗ്രാം വീതം മണ്ണ് സാമ്പിളുകൾ പ്രത്യേകം ടെസ്റ്റ് ട്യൂബുക ളിലാക്കി ഓരോന്നിലും 5ml വീതം ജലം ഒഴിച്ചതിനുശേഷം അരി ച്ചെടുത്ത ലായനിയിൽ ഓരോന്നിലും ഒരു നീല, ഒരു ചുവപ്പ് ലിറ്റ്മസ് പേപ്പർ കഷണങ്ങൾ മുക്കിവെച്ചു.

4. ട്രീ നമ്പർ ടെസ്റ്റ്

ഓരോ വീട്ടിലെയും ചെടികൾ അല്ലാതെയുളള മരങ്ങളുടെ എണ്ണം പ്രത്യേകം രേഖപ്പെടുത്തി.

5. ഓണിയൻ ടെസ്റ്റ്

ഓരോ സാമ്പിളിൽനിന്നും 5 ഗ്രാം വീതം മണൽ ഓരോ കപ്പു കളിൽ എടുത്ത് അതിൽ ഒരു സവാള താഴെഭാഗം മണ്ണിൽ അമർത്തി വെച്ചു. 20 ദിവസത്തിനുശേഷം വേരുകളുടെ അളവ് രേഖപ്പെടു ത്തി. ഓണിയൻ ടെസ്റ്റ്, മണ്ണിലെ ഫലഭൂയിഷ്ഠതയും സൂക്ഷ്മജീ വികളുടെ അളവ് കണ്ടെത്തുന്നതിനുള്ള ടെസ്റ്റ് ആയി ഇവിടെ ഇവ തരിപ്പിക്കുന്നു.

നിരീക്ഷണങ്ങൾ (മാതൃകാ പട്ടിക)

(A=Tiled, B=Without Tiled)

Test Performed		House Set 1		House Set 2		House Set 3	
		A1	B1	A2	B2	A3	B3
1.	Moisture Test	dry	Moist	dry	Moist	dry	Moist
2.	Temperature Test (^{0}C	30	26	31	26	30	26
3.	Litmus Test (blue)	Red	Blue	Red	Blue	Red	Blue
4.	Tea Number Test	5	12	6	13	5	8
5.	Onion Test	Small roots	Large roots	Small roots	Large roots	Small roots	Large roots

(തൊട്ടടുത്തുള്ള വീടുകളെ ഒരു സെറ്റായി കണക്കാക്കിയിരിക്കുന്നു.)

നിഗമനം

20 ജോഡി വീടുകളാണ് പഠനവിധേയമാക്കിയത്. ആകെ 40 വീടുകൾ. ഈ പഠനത്തിൽനിന്നും താഴെ പറയുന്ന കാര്യങ്ങൾ മന സ്സിലാക്കി.

1. തറയോട് പാകിയ വീടുകളിലെ പരിസരങ്ങളിലെ മണ്ണ് ഉണ ങ്ങിയും ജലാംശം ഇല്ലാതെയും കണ്ടു. മറ്റ് വീടുകളിൽ മണ്ണിൽ ജലാംശം ഉള്ളതായും കണ്ടു. ഇതിൽനിന്നും തറയോട് പാകിയാൽ മണ്ണ് ഉണങ്ങിപ്പോകുകയും സൂക്ഷ്മജീവികൾ നശിച്ചുപോകുകയും

ചെയ്യും എന്നതാണ്.

2. താപനില കൂടുതലായി കണ്ടെത്തിയത് തറയോട് പാകിയ വീടു കളിലാണ്. 3-4 ഡിഗ്രിവരെ താപനില ഉയർന്നതായി കണ്ടു. സൂര്യ രശ്മികളുടെ റേഡിയേഷനും പ്രതിഫലനവും ആണ് ഇതിന് കാര ണം. ആയതിനാൽ തറയോട് പാകുന്നത് താപനില വർദ്ധിക്കുവാൻ ഇടയാകുന്നു.

3. ഒരു ലായനി ആസിഡ്, ആൽക്കലി, ന്യൂട്രൽ എന്നിവയാണോ എന്ന് അറിയുവാൻ സാധാരണ നടത്തുന്ന ടെസ്റ്റ് ആണ് ലിറ്റ്മസ് ടെസ്റ്റ്. തറയോട് പാകിയ വീടുകളിലെ മണൽ ആസിഡ് സ്വഭാവ മുള്ളതായി കണ്ടു. ഇതിനുകാരണം ജലബാഷ്പത്തിന്റെ കുറവ് തന്നെയാണ്. മാത്രമല്ല മഴവെള്ളം ഓടുകൾക്കിടയിലൂടെ താഴേക്ക് പോകുവാൻ കഴിയാത്തതിനാൽ ആസിഡ് സ്വഭാവം കാണിക്കുന്നു.

4. ടൈൽ പാകിയ വീടുകളിൽ സ്വാഭാവികമായും മരങ്ങൾ കുറ വായിരിക്കും. മാത്രമല്ല, മരങ്ങളുടെ ഇലകളിലെ മഞ്ഞളിപ്പും ഫല ങ്ങളുടെ വലുപ്പക്കുറവും ശ്രദ്ധയിൽപ്പെട്ടു. എന്നാൽ മറ്റു വീടുക ളിൽ മരങ്ങളുടെ എണ്ണം കൂടുതലും ഹരിതാഭവുമായി കണ്ടെത്തി.

5. സവാള വളരെവേഗം വളരുന്ന ഒരു സസ്യമാണ്. മണ്ണിന്റെ പോഷ ണവും ഈർപ്പവും സൂക്ഷ്മമൂലകങ്ങളുടെ അളവും മലിനീകരണ തോതും അറിയുവാൻ ഓണിയൻ ടെസ്റ്റ് ഉപയോഗിക്കാം. തറയോട് പാകിയ വീടുകളിലെ മണലിൽ അമർത്തിവെച്ചിരുന്ന സവാള യിൽനിന്നും വേരുകൾ ഉണ്ടായില്ല.. എന്നാൽ മറ്റ് സാമ്പിളുകളിൽ നിന്നും പ്രത്യക്ഷത്തിൽതന്നെ വലുപ്പമുള്ള വെള്ളനിറത്തിലുള്ള മീശപോലെയുള്ള വേരുകൾ ഉണ്ടായി. ഇതിൽനിന്നും തറയോട് പാകിയ മണലിൽ സൂക്ഷ്മജീവികളും സൂക്ഷ്മമൂലകങ്ങളും കുറ വായിരിക്കും എന്ന് മനസ്സിലാക്കാം.

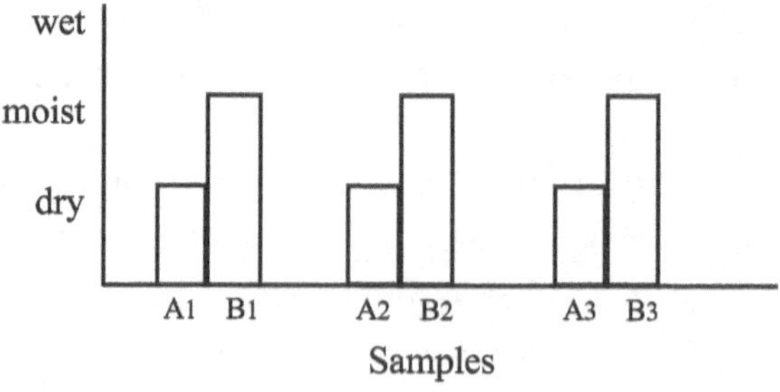

നിർദ്ദേശങ്ങൾ

1. തറയോട് പാകുന്നത് വൃത്തിതോന്നിക്കുമെങ്കിലും പരിസ്ഥിതി ആഘാതം വളരെ വലുതാണ്.

2. തറയോടുകൾക്കു പകരം പുല്ല് പിടിപ്പിച്ച മുറ്റങ്ങൾ ഉണ്ടാക്കു വാൻ ശ്രമിക്കുക.

3. മരം ഒരു വരം എന്ന തത്ത്വം പൊതുജനങ്ങളെ മനസ്സിലാക്കിക്കുക.

4. പഞ്ചായത്ത്, മുനിസിപ്പൽ, സർക്കാർ അധികാരികൾക്ക് വിശദ മായ റിപ്പോർട്ട് നൽകി ജനങ്ങളെ ബോധവൽക്കരിക്കുക.

തുടർപ്രവർത്തനം

വീടുകൾ നിർമ്മിക്കുമ്പോൾ പ്ലാൻ സമർപ്പിക്കുന്ന സമയത്ത് തറ യോടുകൾ പാകുന്നുണ്ടോ എന്ന് മനസ്സിലാക്കി അനുവാദം നൽകാ തിരിക്കുക.

●●●

ജലകീടനാശിനിയുടെ അംശം ഉടനടി ടെസ്റ്റ് ചെയ്യാം മീൻതീറ്റ ഉപയോഗിച്ച്

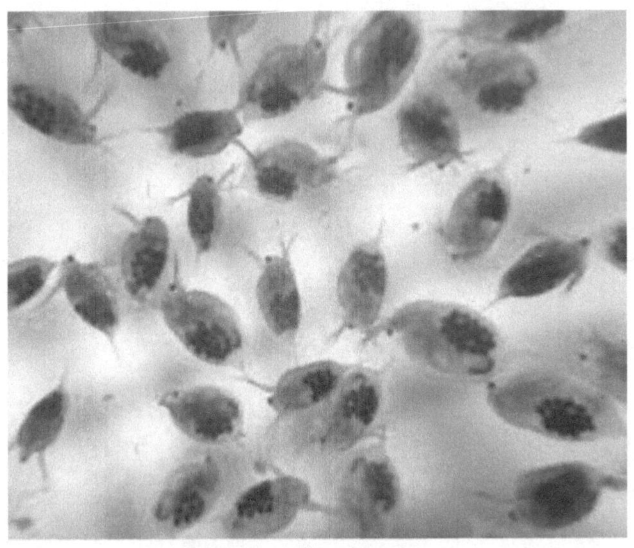

ആമുഖം

കാർഷികവൃത്തിയിൽ ജൈവവളങ്ങൾക്ക് പകരം രാസവളങ്ങളും കീടനാശിനികളും ഉപയോഗിക്കുമ്പോൾ അത് കര-ജലസസ്യങ്ങ ളെയും ജീവികളെയും ബാധിക്കാറുണ്ട്. നാം കുടിക്കുന്ന ജലത്തിലും കീടനാശിനികൾ കലരാറുണ്ട്. ഇതൊന്നും ശരിയായ രീതിയിൽ പരി ശോധിക്കപ്പെടാറില്ല. ഇക്കാരണത്താൽ മാരകമായ രോഗങ്ങൾക്ക് ജീവി കൾ അടിപ്പെടാറുണ്ട്. എല്ലാ ജലസ്രോതസ്സുകളും പരിശോധിക്കുവാൻ സാധാരണഗതിയിൽ മാർഗ്ഗമില്ല. എന്നാൽ വീടുകളിൽ ഇരുന്നുകൊണ്ട് തന്നെ വളരെ എളുപ്പത്തിൽ കിണറുകൾ, കായൽ, കടൽ, മറ്റു ജല സ്രോതസ്സുകളിലെ ബാക്ടീരിയകൾ, കീടനാശിനികൾ, എണ്ണകൾ തുട ങ്ങിയവ കണ്ടെത്തുന്നതിനും പരിഹാരമാർഗങ്ങൾ നിർദ്ദേശിക്കുന്നതി നുമായുള്ള ഒരു പ്രോജക്ടാണ് ഇത്.

ഇതിനായി ഉപയോഗിക്കുന്ന പ്രധാനവസ്തു ഫിഷ്മീൽ ആണ്. ഇത് ഓൺലൈൻ പർചേസ് നടത്തി വാങ്ങാവുന്നതാണ്. ആൽഗകൾ ഉള്ള കുളത്തിലെ 50ml വെള്ളം എടുക്കുക. വെള്ളം പച്ചനിറത്തിൽ ആണെങ്കിൽ ആൽഗകൾ ഉണ്ടാകും. പച്ചനിറമില്ലെങ്കിലും കെട്ടിക്കിട ക്കുന്ന തോടുകളിലെ വെള്ളം ഉപയോഗിക്കാം. 50ml വെള്ളത്തിൽ ഒരു സ്പൂൺ ഫിഷ്മീൽ ചേർക്കുക. 2-3 യീസ്റ്റു തരികളും ചേർക്കുക. അപ്പോൾ Daphina എന്ന ചെറുജീവികൾ ഓടിനടക്കുന്നത് കാണാനാ കും. ഇങ്ങനെ കൾച്ചർ ചെയ്ത ഡാഫ്നിയ ഉപയോഗിച്ച് കീടനാശിനി കലർന്ന ജലത്തെ കണ്ടെത്താൻ കഴിയും.

ഡാഫ്നിയ മാഗ്നാ

ഡാഫ്നിയ 12 mm മാത്രം വലുപ്പമുള്ളതും ഈച്ചകളെപ്പോലെ ജലത്തിൽ ചലിക്കുന്നവയുമാണ്. ശുദ്ധജലത്തിലും ഇവ വളരുന്നു. ഇവ 5-6 മാസം വരെ ജലത്തിൽ വസിക്കുന്നു. ഇവയുടെ ഭക്ഷണം ഏകകോശജീവികളായ ആൽഗകളാണ്. അങ്ങനെ അവ വളരുന്നു. ആന്റിന പോലെയുള്ള അവയവങ്ങൾ കൊണ്ട് ജലത്തിൽ നീന്തിത്തു ടിക്കുന്നു. ഈ ജീവിയെ മത്സ്യത്തിന്റെ ആഹാരമായി ഉപയോഗിക്കു ന്നു. കീടനാശിനി, മറ്റ് ബാക്ടീരിയകൾ, എണ്ണകൾ എന്നിവ ജലത്തെ

മലിനപ്പെടുത്തിയാൽ ഇവയ്ക്ക് വളർച്ച ഉണ്ടാകില്ല എന്നതാണ് ഈ പ്രോജക്ടിന്റെ കാതലായ ഭാഗം.

പരികല്പന

1. കീടനാശിനി കലർന്ന വെള്ളം ഡാഫ്നിയ എന്ന ജലപ്രാണിയെ കൊന്നൊടുക്കുന്നു. ഈ ടെസ്റ്റ് മിലനജലത്തെ കണ്ടെത്താൻ ഉപയോഗിക്കാം.

ഉദ്ദേശ്യം

1. തന്നിരിക്കുന്ന ജലത്തിൽ കീടനാശിനിയുടെ അംശം ഉണ്ടോ എന്നു കണ്ടെത്തുക.

2. മറ്റു ജലസ്രോതസ്സുകളിൽ ജലമലിനീകരണം നടക്കുന്നുണ്ടോ എന്ന് തിരിച്ചറിയുക.

വിവരശേഖരം

കൾചർ ചെയ്ത ഫിഷ് മീൽ (ഓൺലൈൻ പർചേസ്), ബീക്ക റുകൾ, കെട്ടിക്കിടക്കുന്ന തോട്ടിലെ വെള്ളം, കൃഷിയിടത്തിലെ വെള്ളം, ഡിസ്റ്റിൽഡ് വാട്ടർ, മൈക്രോസ്കോപ്പ്

അപഗ്രഥനം

Beaker No. 1 കൃഷിടിയത്തിലെ വെള്ളം 50ml

Beaker No. 2 ഡിസ്റ്റിൽഡ് വാട്ടർ 50ml

ഓരോ ബീക്കറിലേക്കും കൾചർ ചെയ്ത ഫിഷ്മീൽ 5ml വീതം ഒഴിക്കുക. ഡാഫ്നിയയുടെ എണ്ണം ¼ മണിക്കൂർ, ½ മണിക്കൂർ, ¾ മണിക്കൂർ, 1 മണിക്കൂർ ഇടവിട്ട് എണ്ണിയെടുക്കുക. നിരീക്ഷണങ്ങൾ പട്ടികപ്പെടുത്തുക.

സമയം	ഡിസ്റ്റിൽഡ് വാട്ടർ (Daphnia count)	കീടനാശിനി കലർന്ന ജലം (Daphnia Count)
¼ hr	20	20
½ hr	20	12
¾ hr	19	0
1 hr	19	0

ചലനനിരീക്ഷണം

Start	സാധാരണ ചലനം	സാധാരണ ചലനം
¼ hr	സാധാരണ ചലനം	പാത്രത്തിന്റെ അടിയിൽ ചേരുന്നു
½ hr	സാധാരണ ചലനം	എല്ലാം ചത്തുപോകുന്നു (ചലനം നിലച്ചു)
¾ hr	സാധാരണ ചലനം	എല്ലാം ചത്തുപോകുന്നു ലായനി പാൽ പോലെയായി.

നിഗമനം

ഡാഫ്നിയ എന്ന ജലജീവിയെ ഉപയോഗിച്ച് കീടനാശിനി കലർന്ന ജലം തിരിച്ചറിയാൻ സാധിക്കും.

നിർദ്ദേശം

1. എല്ലാ വീടുകളിലും ഈ ടെസ്റ്റ് ചെയ്യാവുന്നതാണ്.
2. ഈ ടെസ്റ്റ് കാർബൺ ബഹിർഗമനം ഉണ്ടാകുന്നില്ല.
3. ഇത് പരിസ്ഥിതിക്ക് ആഘാതം ഏൽപ്പിക്കുന്നില്ല.
4. ഈ നൂതന ടെസ്റ്റിനെപ്പറ്റി വീടുകൾ, പഞ്ചായത്ത് അധികാരികൾ, മുനിസിപ്പാലിറ്റി അധികാരികൾ എന്നിവരെ അറിയിക്കുക.
5. ഇതിനാവശ്യമായ കിറ്റുകൾ വീടുകളിൽ എത്തിച്ചുനൽകുക.

●●●

യന്ത്രവത്കൃത മത്സ്യബന്ധനയാനങ്ങൾ പുറന്തള്ളുന്ന എണ്ണ കരസസ്യങ്ങളെ എങ്ങനെ ബാധിക്കുന്നു
പഠനവും പരിഹാരമാർഗങ്ങളും

ലോകത്തിൽ ഏകദേശം 3.8 കോടി മത്സ്യബന്ധന തൊഴിലാളി കൾ ഉണ്ട് എന്ന് കണക്കാക്കപ്പെടുന്നു. ആധുനിക സാങ്കേതികവിദ്യ മത്സ്യബന്ധനമേഖലയിലും കാതലായ മാറ്റങ്ങൾ വരുത്തിയിട്ടുണ്ട്. യന്ത്രവത്കൃത മത്സ്യബന്ധനം കൊണ്ട് അദ്ധ്വാനം വളരെയേറെ കുറ യ്ക്കുവാൻ കഴിഞ്ഞു. മാത്രമല്ല വളരെ ദൂരെയുള്ള സ്ഥലങ്ങളിൽ ചെന്നെത്തി മത്സ്യബന്ധനം നടത്തുവാനും കഴിയുന്നു. യന്ത്രവത്കൃത മത്സ്യബന്ധനം വന്നതോടെ യാനങ്ങളുടെ നീളം 10-15 മീറ്റർ വരെ യായി.

യന്ത്രവൽകൃത ബോട്ടും പുതിയ മീൻപിടുത്തരീതികളും പ്രചാര ത്തിൽ വന്നതോടെ മത്സ്യബന്ധനം ഒരു വ്യവസായമായി വളർന്നു. വള്ള ത്തിൽ ഘടിപ്പിക്കുന്ന ഔട്ട് ബോർഡ് മോട്ടോർ മുതൽ ഇനി വരാനിരി ക്കുന്ന എൽ.പി.ജി. മോട്ടോർ വരെ ഉപയോഗിക്കുമ്പോൾ മത്സ്യബന്ധനം കൂടുതൽ ആഴത്തിലും പരപ്പിലും വ്യാപിക്കുന്നു.

നിലവിൽ യന്ത്രവൽകൃത മത്സ്യബന്ധനത്തിന് ഡീസൽ ഓയിൽ ആണ് ഉപയോഗിക്കുന്നത്. ഏഴ് ദിവസത്തോളം കടലിൽ ആയിരി ക്കുന്ന യാനങ്ങൾ ധാരാളം ഇന്ധനം ഉപയോഗിപ്പെടുത്തുന്നുണ്ട്. ഇതു മൂലമുണ്ടാകുന്ന പാരിസ്ഥിതികപ്രശ്നങ്ങൾ വളരെവലുതാണ്. ഈ യാനങ്ങൾ കരയിൽ എത്തിക്കഴിഞ്ഞ് എഞ്ചിനും അനുബന്ധ ഉപകര ണങ്ങളും വൃത്തിയാകുന്നത് കായൽ/തോട് പരിസരങ്ങളിലാണ്. ഇവി ടുത്തെ ജലം ഒഴുകിപ്പോകാത്തതുമാണ്. ധാരാളം യാനങ്ങൾനിത്യേന ഇപ്രകാരം ഉപയോഗമല്ലാത്ത ഓയിലുകൾ/ഡീസലുകൾ ജത്തിലേക്ക് ഒഴുക്കിവിടുമ്പോൾ അത് പാടപോലെ ജലോപരിതലത്തിൽ കെട്ടിക്കി ടക്കുകയും ക്രമേണ തീരത്തേക്ക് അടിയുകയും കരസസ്യങ്ങൾ ഇത് വലിച്ചെടുക്കുകയും ചെയ്യുന്നു. ഇത് കരസസ്യങ്ങളുടെ മോർഫോള ജിയിൽ പ്രകടമായ മാറ്റങ്ങൾ കാണിക്കുന്നു.

ഇക്കാരണങ്ങളാൽ യന്ത്രവൽകൃത മത്സ്യബന്ധനയാനങ്ങളിൽ പുറ ന്തള്ളുന്ന എണ്ണ കരസസ്യങ്ങളെ എങ്ങനെ ബാധിക്കുന്നു എന്ന പഠനം വളരെ പ്രാധാന്യമുള്ളതാണ്.

പരികല്പന

യന്ത്രവത്കൃത മത്സ്യബന്ധന യാനങ്ങളിൽനിന്നും പുറന്തള്ളുന്ന ഡീസൽ ഓയിൽ, ലൂബ്രിക്കേറ്റിംഗ് ഓയിൽ, ഗ്രീസ് എന്നിവ കരസ

സ്യങ്ങളെ ബാധിക്കുന്നു.

ഉദ്ദേശ്യം

1. ഓയിൽ പോലെയുള്ള ജലമലിനീകരണകാരണമായ വസ്തു കരസസ്യങ്ങളെ ബാധിക്കുന്നു.

2. ഓയിൽ മലിനീകരണത്തെക്കുറിച്ച് ജനങ്ങൾക്കുള്ള ബോധ വൽക്കരണം.

പഠനപ്രദേശം

കൊല്ലം ജില്ലയിലെ തീരപ്രദേശം, ഹാർബർ പ്രദേശം

വിവരശേഖരണം

മത്സ്യബന്ധന മേഖലയിലെ കരപ്രദേശങ്ങളിൽ നിന്നുള്ള മണ്ണിന്റെ സാമ്പിളുകൾ, ജലസാമ്പിളുകൾ, ഫിൽട്ടർ പേപ്പർ, ടെസ്റ്റ് ട്യൂബ്.

പഠനരീതി

1. പരീക്ഷണരീതി
2. ഫീൽഡ് വിസിറ്റ്

അപഗ്രഥനം

പരീക്ഷണരീതി

മത്സ്യബന്ധനയാനങ്ങൾ വൃത്തിയാക്കുന്ന യാർഡ്, ഹാർബർ പ്രദേശം എന്നിവിടങ്ങളിലെ കരപ്രദേശങ്ങളിൽനിന്നും 20 മണ്ണ്സാ മ്പിളുകൾ ശേഖരിച്ചു. കൂടാതെ അതേ ഭാഗത്തുള്ള 20 ജലസാമ്പി ളുകളും ശേഖരിച്ചു. മണ്ണ് സാമ്പിളുകൾ 5g എടുത്ത് 10 മില്ലീലിറ്റർ വെള്ളം ചേർത്ത് ഇളക്കി. ഇപ്പോൾ കിട്ടിയ ലായനിയിൽനിന്നും 5 മില്ലീലിറ്റർ വീതം വെള്ളം എടുത്ത് ഫിൽട്ടർ പേപ്പർ മുക്കി സൂര്യ പ്രകാശത്തിൽ ഉണക്കിയെടുത്തു. ഇതുപോലെതന്നെ 20 ജലസാ മ്പിളുകളലെ 5 മില്ലീലിറ്റർ വീതം വെള്ളം ഊറി മാറിയ ഫിൽട്ടർ പേപ്പർ സൂര്യപ്രകാശത്തിൽ ഉണക്കിയെടുത്തു. ഇതുപോലെതന്നെ 20 ജലസാമ്പിളുകളിലെ 5 മില്ലീലിറ്റർ വീതം ജലം ഫിൽട്ടർ പേപ്പ റിൽ ഒഴിച്ചു, പേപ്പർ ഉണക്കിയെടുത്തു. നിരീക്ഷണങ്ങൾ പട്ടിക പ്പെടുത്തി.

പരീക്ഷണം 1 (കരമണൽ)

സാമ്പിളുകൾ

	1	2	3	4	5	6	7	8	9	10	11	12	13	14	15	16	17	18	19	20
ലായനിയിൽ എണ്ണയുടെ സാന്നിധ്യം	✔	✔	✔	✔	✔	✔	✔	✔	✔	✔	✔	✔	✔	✔	✔	✔	✔	✔	✔	✔
ഫിൽട്ടർ പേപ്പറിൽ എണ്ണയുടെ സാന്നിധ്യം	✔	✔	✔	✔	✔	✔	✔	✔	✔	✔	✔	✔	✔	✔	✔	✔	✔	✔	✔	✔

ഇതിൽനിന്നും കരമണലിൽ ഓയിലിന്റെ സാന്നിധ്യം ഉണ്ട് എന്ന് മന
സ്സിലാക്കാം.

പരീക്ഷണം 2 (കായൽജലം)

സാമ്പിളുകൾ

	1	2	3	4	5	6	7	8	9	10	11	12	13	14	15	16	17	18	19	20
ലായനിയിൽ എണ്ണയുടെ സാന്നിധ്യം	✔	✔	✔	✔	✔	✔	✔	✔	✔	✔	✔	✔	✔	✔	✔	✔	✔			
ഫിൽട്ടർ പേപ്പറിൽ എണ്ണയുടെ സാന്നിധ്യം	✔	✔	✔	✔	✔	✔	✔	✔	✔	✔	✔	✔	✔	✔	✔	✔	✔	✔	✔	✔

ഇതിൽനിന്നും കായൽജലത്തിലും ഓയിലിന്റെ സാന്നിധ്യം ഉണ്ട്
എന്ന് മനസ്സിലാക്കാം.

ഉണങ്ങിയ ഫിൽട്ടർ പേപ്പറുകളിൽ നിറമുള്ള പുള്ളികൾ (മഞ്ഞ,
കറുപ്പ്) രൂപപ്പെട്ടതിൽനിന്നും ഓയിൽ ഉണ്ട് എന്ന് മനസ്സിലാക്കാം.
മണൽ സാമ്പിളുകളിൽ വെള്ളം ചേർക്കുമ്പോൾ ഉപരിതലത്തിൽ പാട
പോലെയുള്ള ഭാഗം കണ്ടെത്തിയതിനാൽ ഓയിൽ ഉണ്ട് എന്ന് അനു
മാനിക്കാം.

ഫീൽഡ് വിസിറ്റ്

ഹാർബർ പ്രദേശത്തിലും, ബോട്ട് യാർഡ് പ്രദേശങ്ങളിലും ഉള്ള
കരസസ്യങ്ങളുടെ പ്രത്യേകതകൾ മനസ്സിലാക്കുന്നതിനായി ഈ പ്രദേ
ശങ്ങൾ സന്ദർശിച്ചു. ജലത്തിൽനിന്ന് 2 മീറ്റർ അകലെയുള്ള കരഭാഗ
മാണ് പഠനത്തിനായി തിരഞ്ഞെടുത്തത്.

1. തെങ്ങ് – ആകെ തെങ്ങുകൾ 100, മണ്ടയില്ലാത്തത് 10. ഏകദേശം 10% തെങ്ങുകൾക്ക് മണ്ടയില്ലാത നിൽക്കുന്നതായി കണ്ടെത്തി.

2. വാഴ – ആകെ വാഴകൾ 20. വളർച്ച മുരടിച്ച രീതിയിലും കായ്ഫലം ഇല്ലാതായും നിൽക്കുന്ന 16/20 വാഴകൾ കണ്ടു. 16 വാഴകളുടെയും വേരുകൾ ശേഖരിച്ചു.

3. ചീര – ഇല ചുരുണ്ട് വെളുത്ത പുള്ളികളോടും കൂടി കണ്ടു. (65/80) 65 ചീരകളുടേയും വേരുകൾ ശേഖരിച്ചു.

4. മാവ് – പ്രത്യേകത ഒന്നും കണ്ടില്ല.

5. ചേന – വളർച്ച മുരടിച്ചതായി കണ്ടു (4/4)

ഓയിലുകൾ കാരണം ചെടികളുടെ ട്രാൻസ്പിരേഷൻ റേറ്റ് കുറയുകയും സ്റ്റൊമാറ്റ അടഞ്ഞുപോകുകയും ചെയ്യുന്നു. ഇതിന്റെ ഫലമായി പ്രകാശസംശ്ലേഷണം ശരിയായ രീതിയിൽ നടക്കുന്നില്ല.

പരീക്ഷണം 3

വേരുകൾ ചതച്ച് അതിൽനിന്നും നീർ എടുത്ത് വെവ്വേറെ ടെസ്റ്റ് ട്യൂബിൽ ഒഴിച്ചു. 2 മണിക്കൂറിനുശേഷം നിരീക്ഷിച്ചു.

1. 16 വാഴകളിലെ വേരുകളിൽനിന്നും തയ്യാറാക്കിയ ജലത്തിന്റെ ഉപരിതല എണ്ണപാടയുടെ സാന്നിധ്യം കണ്ടു.

2. 65 ചീരച്ചെടികളുടെ വേരുകളിൽനിന്നും തയ്യാറാക്കിയ ലായനിയിൽ എണ്ണ പാടയുടെ സാന്നിധ്യം കണ്ടു.

നിഗമനം

യന്ത്രവത്കൃതയാനങ്ങൾ ധാരാളം ഡീസൽ ഓയിൽ ലൂബ്രിക്കേറ്റിംഗ് ഓയിൽ, എഞ്ചിൻ ഓയിൽ എന്നിവ ജലാശയങ്ങളിലേക്ക് ഒഴുക്കിവിടുന്നു. ഇത് പാടപോലെ രൂപപ്പെട്ട് കരയിലെ മണലിൽ അടിഞ്ഞുകൂടുന്നു. ഈ എണ്ണകൾ സസ്യങ്ങൾ വലിച്ചെടുക്കുകയും അവയുടെ സ്റ്റൊമാറ്റ അടഞ്ഞുപോകുകയും ട്രാൻസ്പിരേഷൻ പ്രക്രിയ നടക്കാതെ വരികയും വളർച്ച മുരടിച്ച് നശിച്ചുപോകുകയും ചെയ്യുന്നു.

നിർദ്ദേശം

1. യന്ത്രവത്കൃതയാനങ്ങൾ കരയിൽ എത്തുമ്പോൾ മാത്രം ഓയിൽ ചെയിഞ്ച് ചെയ്യുക.

2. എല്ലാത്തരത്തിലുള്ള ലീക്കേജുകളും എല്ലാ ദിവസവും പരിശോധിച്ച് കണ്ടെത്തുക.

3. എല്ലാ ഹാർബറുകളും പ്രത്യേകസ്ഥലത്ത് മാത്രം എണ്ണ മാറ്റുന്ന

തിനും എണ്ണകൾ കഴുകി വൃത്തിയാക്കുന്നതിനുമുള്ള ഡീഎമൽസിഫി ക്ഷേഷൻ കേന്ദ്രങ്ങൾ സജ്ജീകരിക്കുക.

തുടർപ്രവർത്തനങ്ങൾ

1. പ്രധാനപ്പെട്ട റിപ്പയറിംഗ് കടലിൽ വച്ച് ചെയ്യുവാൻ പാടുള്ളതല്ല.

2. എല്ലാ എൻജിന്റെയും അടിഭാഗം drop tray ഘടിപ്പിക്കുകയും അത് കരയിലെത്തുമ്പോൾ Waste collection centreൽ ഏല്പ്പിക്കേണ്ടതുമാ ണ്.

3. പ്രൊപ്പലർ ഷാഫ്റ്റ് ശരിയായ രീതിയിൽ വർക്ക് ചെയ്യുന്നുണ്ടോ എന്ന് പരിശോധിക്കുക.

4. നല്ല ക്ഷമതയുള്ള ഓയിൽ ഫിൽറ്ററുകൾ സ്ഥാപിച്ചാൽ പണന ഷ്ടവും മലിനീകരണവും കുറയ്ക്കാം.

●●●

ഡാർക്ക് കറണ്ട് – മഴക്കാലത്തും കുറഞ്ഞ വെളിച്ചത്തിലും ഉയർന്ന വോൾട്ട് ലഭിക്കുന്ന സോളാർ പാനലുകൾ – പഠനം

ആമുഖം

സോളാർ ഉല്പാദനങ്ങളുടെ മേഖലയിൽ ഇന്ന് പരീക്ഷണങ്ങളുടെ പൂക്കാലമാണ്. വൈദ്യുതിയും ബാറ്ററിയുംകൊണ്ട് പ്രവർത്തിച്ചിരുന്ന പല ഉപകരണങ്ങളും ഇന്ന് സൗരോർജ്ജത്തിലേക്ക് കൂടുമാറ്റുന്നു. സൗരോർജ്ജം കൊണ്ട് ഒരു ഫാനും രണ്ട് ലൈറ്റും മാത്രം പ്രവർത്തി പ്പിച്ചിരുന്ന കാലമൊക്കെ എന്നേ പോയി. മോട്ടോറും വാട്ടർഹീറ്ററും ഏസിയും സൗരോർജ്ജത്തിൽ ഓടുന്ന കാലമാണ്.

മറ്റേത് ഉപകരണവും പോലെ കൃത്യമായ പരിചരണം നൽകിയി ല്ലെങ്കിൽ സോളാർ പ്ലാന്റും നശിക്കും. പാനലുകൾ രണ്ടുമാസത്തിലൊ രിക്കലെങ്കിലും കഴുകണം. പൊടി അടിഞ്ഞുകൂടിയാൽ പാനലിന്റെ പ്രവർത്തനക്ഷമത കുറയും. മിന്നൽ രക്ഷാചാലകം സ്ഥാപിക്കുകയും കുറ്റമറ്റ രീതിയിൽ എർത്തിംഗ് ചെയ്യുകയും വേണം.

ചൂടുകാലത്ത് കൂടുതൽ സൗരോർജ്ജം ഉൽപ്പാദിപ്പിക്കാൻ പറ്റുമെ ന്നത് തികച്ചും തെറ്റായ ധാരണയാണ്. പാനലുകളിലെ സിലിക്കോൺ സെല്ലുകളാണ് സൂര്യപ്രകാശ ആഗിരണം ചെയ്യുന്നത്. ചൂട് കൂടുന്ന തിനനുസരിച്ച് ഇവയുടെ പ്രവർത്തനക്ഷമത കുറയും. 25°Cലോണ് പാന ലുകൾ പൂർണ്ണതോതിൽ പ്രവർത്തിക്കുക.

ജലവൈദ്യുത പദ്ധതികളെ ആശ്രയിച്ചിട്ടുള്ള ഊർജ്ജോല്പാദന ത്തിന് ആയുസ്സ് കുറഞ്ഞുവരികയാണ്. ആഗോളതാപനം വഴി ജല സ്രോതസ്സുകൾ വറ്റിവരണ്ട് വളരുന്നതു തന്നെയാണ് കാരണം.

പുരപ്പുറത്തെ നിധി അല്ലെങ്കിൽ സൗരനിധി എന്ന് സോളാർ പ്ലാന്റു കളെ വിളിക്കാം.

സോളാർ പാനലുകൾ ഉപയോഗിച്ച് ആഗോള വൈദ്യുതിയുടെ 10% ഉല്പാദിപ്പിച്ചു. ലോകത്തിലെ 50 രാജ്യങ്ങൾക്ക് തങ്ങൾക്ക് വേണ്ട ആകെ ഊർജ്ജത്തിന്റെ പത്തിലൊന്നിൽ കൂടുതൽ ലഭിക്കുന്നത് സൗരോർജ്ജസ്രോതസ്സുകളിൽനിന്നുമാണ്.

ചെറിയതരം കറണ്ട് നിർമ്മിക്കുവാൻ കഴിയുന്ന ഒരുതരം ബാറ്ററി യാണ് സോളാർ സെൽ. ഒന്നിലധികം സോളാർ സെൽ ചേർത്തുവെ ച്ചാൽ ധാരാളം വൈദ്യുതി ലഭിക്കും.

പ്രകാശോർജ്ജത്തെ വൈദ്യുതോർജ്ജമാക്കി മാറ്റുന്നതാണ് ഇതിന്റെ പ്രവർത്തന തത്വം. ഇത് ഒരു P-N ജംഗ്ഷൻ ആണ്. സൂര്യന് നേരെ യുള്ള ഭാഗം കനമില്ലാത്തതും N type ഉം ആണ്. താഴെയുള്ള ഭാഗം കട്ടി യുള്ളതും P-type ഉം ആണ്. ഇതിനിടയിലുള്ള ഭാഗമാണ് ഡിപ്ലേഷൻ ലെയർ.

Light n type ലൂടെ കടന്ന് dipletion layer ൽ എത്തണം. ഈ ലെയറിൽ ധാരാളം സിലിക്കൺ ന്യൂട്രൽ ആറ്റങ്ങൾ ഉണ്ട്. അവിടത്തെ ഇലക്ട്രോൺ പുറത്തേക്ക് പോകുമ്പോൾ അവിടെ ഒരു പോസിറ്റീവ് ഹോൾ ഉണ്ടാകുന്നു. അപ്പോൾ -ve eletron N-type ന്റെ ഉപരിതല ത്തിൽ എത്തുന്നു.

N type ൽ ധാരാളം metal fingers ഉണ്ട്. N type ൽ വരുന്ന ഇലക്ട്രോ ണുകൾ ഈ Fingers ലൂടെ കളക്ട് ചെയ്ത് ഉപകരണത്തിലേക്ക് എത്തുന്നു.

എങ്ങനെയാണോ സസ്യങ്ങൾ പ്രകാശസംശ്ലേഷണത്തിനായി സൂര്യപ്രകാശം ആഗിരണം ചെയ്യുന്നത് അപ്രകാരമാണ് നിറങ്ങൾ ചേർത്ത സോളാർ സെല്ലുകൾ പ്രകാശത്തെ ആഗിരണം ചെയ്യുന്നത്. ഇതിൽ ഇലക്ട്രോണുകൾ പുറപ്പെടുന്നത് പ്രകൃതിദത്ത നിറങ്ങളിൽനി ന്നാണ്. ഇത്തരത്തിലുള്ള ചായങ്ങളിൽ ഒന്നിടവിട്ട് single band ഉം double band ഉം ഉണ്ട്. ദൃശ്യപ്രകാശത്തിലെ നിറങ്ങളെ ആഗിരണം ചെയ്യുന്നു. ചായങ്ങളിൽ നിന്ന് ഇലക്ട്രോണുകൾ ഉത്സർജിച്ച് ഡിപ്ലീഷൻ ലെയ റിൽ എത്തുന്നു. ഈ ഡിപ്ലീഷൻ ലെയറിൽനിന്ന് മുൻപ് വിവരിച്ചതു പോലെ. ഉപകരണത്തിലേക്ക് കരണ്ട് എത്തുന്നു.

ഇങ്ങനെ അനേകം സോളാർ സെല്ലുകൾ ചേർത്തുവെച്ച് സോളാർ പാനൽ തയ്യാറാക്കുമ്പോൾ വളരെ വലിയ രീതിയിലുള്ള കറണ്ട് ഉണ്ടാ കുന്നു.

സോളാർ പാനലുകൾ സിലിക്കൺ കൊണ്ട് നിർമ്മിച്ച അർദ്ധചാല കമാണ്. ഫോട്ടോ വോൾട്ടയിക് പ്രഭാവം എന്ന തത്വമാണ് ഇവിടെ പ്രയോ ഗിക്കുന്നത്.

അമേരിക്കൻ ശാസ്ത്രജ്ഞനായ ബ്രാഡ് പിറ്റൽ ആണ് സോളാർ പാനൽ കണ്ടുപിടിച്ചത്. സിലിക്കൺ ചിപ്പിൽ ക്ലോറോഫിൽ പ്ലേറ്റ് ചെയ്ത് കൂടിയ അളവിൽ വൈദ്യുതി ഉല്പാദിപ്പിക്കുന്ന ഒരു പ്രോജക്ട് ആണ് ഇത്.

പരികല്പന

1. പ്രത്യേകതരം ചായങ്ങൾ പതിപ്പിച്ച സോളാർ പാനലുകൾ

കുറഞ്ഞ പ്രകാശത്തിലും മികച്ച വൈദ്യുതി നൽകുന്നു.

2. ധാരാളം സോളാർ പാനലുകൾ ശ്രേണീരീതിയിൽ ഘടിപ്പി ച്ചാൽ ഉയർന്ന വോൾട്ടേജ് ലഭിക്കുകയും സമാന്തരമായി ഘടിപ്പി ച്ചാൽ ഉയർന്ന ആമ്പയറേജും ലഭിക്കും.

ഉദ്ദേശ്യം

1. പ്രത്യേകരം ചായങ്ങൾ പതിപ്പിച്ച സോളാർ പാനലുകൾ കുറഞ്ഞ പ്രകാശത്തിലും മികച്ച വൈദ്യുതി നൽകുന്നു എന്ന് പരി ശോധിക്കുക.

2. സോളാർ പാനലുകൾ ശ്രേണീരീതിയിൽ ഘടിപ്പിച്ചാൽ ഉയർന്ന വോൾട്ടേജ് ലഭിക്കുന്നു എന്ന് തിരിച്ചറിയുക.

3. സോളാർ പാനലുകൾ സമാന്തരമായി ഘടിപ്പിച്ചാൽ ഉയർന്ന ആമ്പയറേജ് ലഭിക്കും എന്ന് തിരിച്ചറിയുക.

4. ചില പ്രത്യേകതരം ചായങ്ങൾ പതിപ്പിച്ച സോളാർ പാനലു കളും സാധാരണ സോളാർ പാനലുകളും തമ്മിലുള്ള വോൾട്ടേജ് വ്യത്യാസം തിരിച്ചറിയുക.

പഠനരീതി

പരീക്ഷണരീതി

a. സോളാർ പാനൽ നേരിട്ട് സൂര്യപ്രകാശത്തിൽ വച്ച് മൾട്ടിമീ റ്റർ ഉപയോഗിച്ച് വോൾട്ടത കണ്ടുപിടിക്കുക.

b. സോളാർ പാനലുകളിൽ ക്ലോറോഫിൽ പതിപ്പിച്ച് വോൾട്ടത കണ്ടുപിടിക്കുക.

c. ശ്രേണീരീതിയിലും സമാന്തരരീതിയിലും സോളാർ പാനലു കൾ ഘടിപ്പിച്ച് പരീക്ഷണം നടത്തുക

വിവരശേഖരണം

സോളാർ സെൽ, കണക്ഷൻ വയർ, മൾട്ടിമീറ്റർ, ബൾബ് എന്നിവ ഇലക്ട്രോണിക് കടയിൽനിന്ന്.

ക്ലോറോഫിൽ പ്ലേറ്റ് ചെയ്യുന്ന വിധം – പച്ചിലകൾ കഷണങ്ങ ളാക്കി 50ml ഐസോ പ്രൊപ്പൈൽ ആൾക്കഹോൾ ലായനിയിൽ 15 മിനിട്ട് നേരം മുക്കിവയ്ക്കുക. ലായനിക്ക് പച്ചനിറമാകുന്നു. തുടർന്ന് അരിച്ച് എടുക്കുക. ഈ ലായനിയെ വൈദ്യുത വിശ്ലേ ഷണം വഴി സോളാർ പാനലുകളിൽ ക്ലോറോഫിൽ പ്ലേറ്റ് ചെയ്ത് എടുത്ത് ഉപയോഗിക്കാവുന്നവയാണ്.

അപഗ്രഥനം

പരീക്ഷണം 1

സോളാർ സെല്ലുകൾ ശ്രേണിയായി ഘടിപ്പിച്ച് വയറിന്റെ രണ്ട് അഗ്രങ്ങൾ മൾട്ടിമീറ്ററിൽ ഘടിപ്പിക്കുക.

സോളാർ സെല്ലുകളുടെ എണ്ണം	മൾട്ടിമീറ്റർ റീഡിംഗ്
1	0.5 V
24	12 V
48	24 V
72	36 V

പരീക്ഷണം 2

സോളാർ സെല്ലുകൾ ശ്രേണിയായി ഘടിപ്പിച്ച് വയറിന്റെ രണ്ട് അഗ്രങ്ങൾ മൾട്ടിമീറ്ററിൽ ഘടിപ്പിക്കുക. തുടർന്ന് അമ്മീറ്ററിലും ഘടിപ്പിക്കുക. സമാന്തരമായി ഘടിപ്പിച്ച് മൾട്ടിമീറ്ററിലും തുടർന്ന് അമ്മീറ്ററിലും ഘടിപ്പിക്കുക. നിരീക്ഷണങ്ങൾ പട്ടികപ്പെടുത്തുക.

സോളാർ സെല്ലുകളുടെ എണ്ണം	മൾട്ടിമീറ്റർ റീഡിംഗ്	അമ്മീറ്റർ റീഡിംഗ്
ശ്രേണിയിൽ		
1	0.5 V	20 milli amp/Sq cm
24	12 V	,,
48	24 V	,,
72	36 V	,,
സമാന്തരം		
72 X 2	36 V	5.72 amp
144 X 2	72 V	11.44 amp

പരീക്ഷണം 3

ക്ലോറോഫിൽ പതിപ്പിച്ച സോളാർ സെല്ലുകൾ ശ്രേണിയായും സമാന്തരമായും മൾട്ടിമീറ്ററിലും തുടർന്ന് അമ്മീറ്ററിലും ഘടിപ്പിക്കുന്നു. നിരീക്ഷണങ്ങൾ പട്ടികപ്പെടുത്തുന്നു.

ക്ലോറോഫിൽ സോളാർ സെല്ലുകളുടെ എണ്ണം	മൾട്ടിമീറ്റർ റീഡിംഗ്	അമ്മീറ്റർ റീഡിംഗ്
ശ്രേണി		
1	0.9 V	36 milli amp/Sq cm
14	12.6 V	,,
24	21.6 V	,,
48	43.2 V	,,
72	64.8 V	,,
സമാന്തരം 14 X 2	12.6 V	11.4 amp
24 X 2	21.6 V	22.8 amp

പരീക്ഷണം 4

പരീക്ഷണം മഴയുള്ള ദിവസം ചെയ്യുന്നു.

ക്ലോറോഫിൽ സോളാർ സെല്ലുകളുടെ എണ്ണം	മൾട്ടിമീറ്റർ റീഡിംഗ്	അമ്മീറ്റർ റീഡിംഗ്
ശ്രേണി		
1	0.9 V	36 milli amp/Sq cm
14	12.6 V	,,
24	21.6 V	,,
48	43.2 V	,,
72	64.8 V	,,
സമാന്തരം 14 X 2	12.5 V	11.4 amp
24 X 2	21.4 V	22.8 amp

നിഗമനം

പരീക്ഷണങ്ങൾ 2,3 എന്നിവ പരിശോധിക്കുമ്പോൾ ക്ലോറോ ഫിൽ പതിപ്പിച്ച സോളാർസെല്ലുകൾ മികച്ച വോൾട്ടതയും കറണ്ടും നൽകുന്നു എന്നും മനസ്സിലാക്കാം. ഒരു ചെറിയ ചെടിയിലെ ക്ലോറോഫിൽ സൂര്യപ്രകാശം ആഗിരണം ചെയ്യുന്നതുപോലെ ഇത്തരം സെല്ലുകൾ മികച്ച രീതിയിൽ സൂര്യപ്രകാശം ആഗിരണം ചെയ്യുന്നുണ്ട്.

സാധാണ ഉപയോഗിക്കുന്ന ഒരു സോളാർ സെൽ 0.5 V കറണ്ട് നൽകുന്നു. ഇത്തരം 24 സെല്ലുകൾ ഉപയോഗിച്ച് ഒരു പാനൽ തയ്യാ റാക്കിയാൽ 12V നൽകുന്നു. നാം ഇത് വീടുകളിൽ സാധാരണ ഉപയോഗിക്കുന്ന ഉപകരണങ്ങൾക്ക് പര്യാപ്തമാണ്.

288 സോളാർ സെല്ലുകൾ രണ്ട് പാനലുകളാക്കി സമാന്തരരീതി യിൽ ഘടിപ്പിച്ചപ്പോൾ 72V, 11.44 amp വൈദ്യുതി ലഭിച്ചു. ഇത് മിക്സി, വാഷിംഗ് മെഷിൻ എന്നിവയുടെ മോട്ടോർ പ്രവർത്തിപ്പി ക്കുന്നതിന് ആവശ്യമായ വൈദ്യുതി നൽകുന്നു.

ഇത്രയും വൈദ്യുതി ലഭിക്കുന്നതിന് കേവലം 28 സോളാർ സെല്ലുകൾ (ക്ലോറോഫിൽ പൂശിയത്) ഉപയോഗിച്ചാൽ മതിയാകും.

മഴയുള്ള ദിവസം പരീക്ഷണം ആവർത്തിച്ചപ്പോൾ, പരീക്ഷണം ഒന്നിൽ സാധാരണ ഉപയോഗിക്കുന്ന സോളാർ പാനലുകളെ അപേ ക്ഷിച്ച് വളരെ ഉയർന്ന കറണ്ട് ലഭിക്കുന്നു എന്ന് കണ്ടെത്തി. സാധാ രണയുള്ള ഒരു സോളാർസെൽ 0.5V കറണ്ട് നൽകുമ്പോൾ ക്ലോറോ ഫിൽ ഉള്ള സോളാർ സെൽ മഴയുള്ള ദിവസങ്ങളിൽപോലും 0.8V നൽകുന്നു എന്ന് കണ്ടെത്തി.

നിർദ്ദേശം

1. സോളാർ പാനലുകളിൽ ക്ലോറോഫിൽ പ്ലേറ്റ് ചെയ്ത് ഉപ യോഗിക്കുക

2. കുറഞ്ഞ ചിലവ്

3. മഴക്കാലത്തും കൃത്രിമബൾബുകളുടെ വെളിച്ചത്തിലും ഉയർന്ന പവർ ലഭിക്കുന്നു.

4. Interior application

5. കൊണ്ടുനടക്കാവുന്ന ഉപകരണങ്ങളിൽ ഉപയോഗിക്കാം.

•••

ചക്ക - ഒരു ഗ്രാമീണ കൽപവൃക്ഷം-
ചക്കവേസ്റ്റ് പെല്ലറ്റും പാലുല്പാദനവും

ആമുഖം

ചക്ക ഒരു അത്ഭുതകരമായ ദക്ഷിണേന്ത്യൻ പഴമാണ്. മലയാളിക ളുടെ ഇഷ്ടവിഭവങ്ങളിൽപ്പെടുന്നതാണ് ചക്കപ്പഴം. ഈ പഴത്തിൽ ആരോഗ്യകരമായ കാർബോഹൈഡ്രേറ്റുകൾ സമ്പുഷ്ടമായ അള വിലും കലോറി കുറഞ്ഞ അളവിലും കാണപ്പെടുന്നു.

ആർട്ടോ കാർപ്പസ് ഹെട്രോഫിലസ് എന്നു വിളിക്കപ്പെടുന്നതും മൊറേസിയെ എന്ന സസ്യകുടുംബത്തിൽപ്പെടുന്ന ചക്ക, പഴങ്ങ ളിൽവെച്ച് ഏറ്റവും വലുതാണ്. 30 മീറ്ററിലധികം ഉയരത്തിൽ വളരുന്ന പ്ലാവ് ട്രോപ്പിക്കൽ പ്രദേശങ്ങളിലാണ് കണ്ടുവരുന്നത്. ഈർപ്പവും മഴയും ലഭ്യമാകുന്ന സ്ഥലങ്ങളിൽ ധാരാളമായി കാണുന്നു. മലേഷ്യ, തായ്ലന്റ്, ബ്രസീൽ എന്നിവിടങ്ങളിൽ ചക്ക ധാരാളമായി വിളയു ന്നുണ്ട്. ഒരു ചക്കയ്ക്ക് 3 മുതൽ 30 കി.ഗ്രാം വരെ തൂക്കമുണ്ടാകും.

100 ഗ്രാം ചക്കയിൽ 95 കലോറി ഊർജ്ജം അടങ്ങിയിട്ടുണ്ട്. അതു പോലെ തന്നെ ഊർജ്ജം പ്രദാനം ചെയ്യുന്ന ഫ്രക്ടോസ്, സൂക്രോസ് തുടങ്ങിയവയും അടങ്ങിയിരിക്കുന്നു. ചക്കയിലെ നാരുകൾ വൻകുട ലിലെ ക്യാൻസറിന് കാരണമാകുന്ന രാസവസ്തുക്കളെ ഇല്ലായ്മ ചെയ്യുന്നു. വിറ്റാമിൻ Aയ്ക്ക് പുറമെ കരോട്ടിൻ, ക്സാന്തിൻ, ക്രിപ്റ്റോ ക്സാന്തിൻ എന്നിവ അടങ്ങിയിട്ടുണ്ട്. ഇവ കാഴ്ചശക്തി വർദ്ധിപ്പി ക്കുന്നതിന് അത്യുത്തമമമാണ്. രോഗപ്രതിരോധശക്തി നൽകുന്നതിന് സഹായിക്കുന്ന വിറ്റമിൻ-C, B-6, നിയാസിൻ, ഫോളിക്കാസിഡ് എന്നി വയും ചക്കയിലുണ്ട്. പച്ചച്ചക്കയിൽ പൊട്ടാസ്യം, മഗ്നീഷ്യം, മാംഗ നീസ്, അയേൺ എന്നിവ അടങ്ങിയിട്ടുള്ളതിനാൽ ബ്ലഡ്പ്രഷർ, ഹാർട്ട്ബീറ്റ് എന്നിവ ക്രമപ്പെടുത്തുന്നു. പ്രമേഹത്തിന് പച്ചച്ചക്ക വളരെ നല്ലതാണ്. ചക്കക്കുരുവിൽ അന്നജം, പ്രോട്ടീൻ, മിനറൽസ്എന്നിവ ധാരാളമുണ്ട്.

2000 കോടി രൂപയുടെ ചക്കയാണ് നമ്മുടെ നാട്ടിൽ ഓരോ വർഷവും പാഴായി പോകുന്നത്. ഭാവിയിലെ ഭക്ഷ്യപ്രതിസന്ധിക്കുള്ള പരിഹാരം ചക്കയാണെന്ന് പ്രമുഖ ഇംഗ്ലീഷ് ദിനപത്രം The guardian പറയുന്നു. കാലാവസ്ഥാ വ്യതിയാനവും ആഗോളതാപനവും കാരണം

വരും വർഷങ്ങളളഇൽ ഗോതമ്പും ചോളവും ഉൾപ്പെടെയുള്ള പ്രമുഖ ധാന്യവിളകളുടെ ഉദ്പാദനം കുത്തനെ ഇടിയും. ഇത് പ്രാദേശിക ഭക്ഷ്യകലാപങ്ങൾക്ക് വഴിമരുന്നിടും. ഇതിന് പരിഹാരമാകാൻ ലോക ത്തിലെ ഏറ്റവും വലിയ പഴമായ ചക്കയ്ക്ക് കഴിയും.

ചക്കയുടെ ഇത്രയേറെ ഗുണങ്ങൾ മനുഷ്യൻ ഉപയോഗപ്പെടുത്തി യിട്ടുണ്ടെങ്കിലും മൃഗങ്ങൾക്ക് ശാസ്ത്രീയമായി ചക്ക ഉൾപ്പെടുത്തിയ ഭക്ഷണം തയ്യാറാകുന്നതിൽ ശ്രദ്ധ നൽകിയതായി കാണുന്നില്ല. ഈ അവസരത്തിൽ ചക്ക വേസ്റ്റുകളായ പൂഞ്ഞ്, മടൽ, ചവിണി എന്നിവ പെല്ലറ്റ് രൂപത്തിലാക്കി കന്നുകാലികൾക്ക് നൽകുമ്പോൾ പാൽ ഉല്പാ ദനം എത്രകണ്ട് വർദ്ധിക്കും എന്നതാണ് ഈ പ്രോജക്ടിൽ ഉൾപ്പെ ടുത്തിയിരിക്കുന്നത്.

ചക്കവേസ്റ്റ് സ്വാഭാവികമായി കൊടുത്താൽ കന്നുകാലികൾക്ക് ഉദ രരോഗങ്ങൾ വരാൻ സാധ്യതയുണ്ട്. അതിനാൽ വേവിച്ച് പേസ്റ്റ് രൂപ ത്തിലാക്കി ഉണക്കി പെല്ലറ്റുകളാക്കി കൊടുക്കുന്നതാണ് ഉത്തമം.

പ്ലാവിലയ്ക്കും പ്രാധാന്യമുണ്ട്. പ്ലാവില കുമ്പിലു കുത്തിയാണ് കഞ്ഞികുടിക്കുന്നത്. പഴുത്ത പ്ലാവിലകൊണ്ട് കഞ്ഞി കുടിച്ചാൽ വാതം വരാതെയിരിക്കും എന്നാണ് കരുതപ്പെടുന്നത്. വായുകോപവും മഹോദരവും ഇല്ലാതാക്കാൻ പ്ലാവിലയുടെ ചില ഘടകങ്ങൾക്ക് ശേഷി യുണ്ടെന്ന് ആയുർവേദം പറയുന്നു.

കറവയുള്ള ആടിന് പച്ച പ്ലാവില കൊടുത്താൽ പാൽ അധികമായി കിട്ടും. പണ്ടൊക്കെ ആടിനെ കറക്കു മ്പോൾ പച്ചപ്ലാവില അതിന്റെ മുന്നിൽ കെട്ടിത്തൂക്കും.അത് ആട് കടിച്ചുതിന്നുമ്പോൾ നിർത്താതെ പാലു ചുരത്തും. പഴുതാര കടിച്ചാൽ പഴുത്ത പ്ലാവില തുളസിച്ചാറിൽ അരച്ച് മുറിവിൽ പുരട്ടിയാൽ മതി. പഴുതാര വിഷം മാറിക്കിട്ടും.

ഉപകരണനിർമ്മിതി

1. ചക്ക മുറിക്കുന്നതി നായി യന്ത്രം ഉപയോഗിച്ച് ഒരു

മിനിട്ടിനുള്ളിൽ തന്നെ ചക്കയെ ചെറുകഷണങ്ങളാക്കി മാറ്റുവാൻ കഴി
ഞ്ഞു. ഇതുവഴി ചക്ക മുറിക്കാനുള്ള കായികാധ്വാനം വളരെ കുറ
ച്ച്കൊണ്ടുവരുവാൻ കഴിഞ്ഞു.

2. ചക്കക്കുരുവിന്റെ പുറംതോൽ നീക്കുവാൻ രൂപകൽപന ചെയ്ത
യന്ത്രം ഉപയോഗിച്ച് കുറഞ്ഞ സമയത്തിനുള്ളിലും സൗകര്യപ്രദമായും
കുരുവിന്റെ തോൽ കളയാനായി.

പരികല്പന

ചക്കവേസ്റ്റുകളായ മടൽ, ചവിണി, പൂഞ്ഞ് എന്നിവ പെല്ലറ്റുകളാക്കി
നൽകിയാൽ കന്നുകാലികളുടെ പാൽ ഉല്പാദനം വർദ്ധിക്കുന്നു.

ഉദ്ദേശ്യം

1. കാർഷിക അഭിവൃദ്ധിക്ക് പ്ലാവിനെ ഒരു നാണ്യവിള എന്ന രീതി
യിൽ ഉയർത്തിക്കൊണ്ടുവരുവാൻ കഴിയുമോ എന്ന് കണ്ടെത്തുക.

2. ചക്കയിൽ നിന്നുള്ള പോഷകമൂല്യങ്ങൾ ഏതെല്ലാമാണെന്ന് മന
സ്സിലാക്കുക

3. ചക്കയുടേയും കുരുവിന്റെയും സംസ്കരണത്തിന് സഹായക
മായ ഉപകരണങ്ങൾ നിർമ്മിച്ചെടുക്കുക

4. കാലിത്തീറ്റ എന്ന നിലയിൽ ചക്കയിൽനിന്നുള്ള പാഴ്വസ്തു
ക്കളുടെ മേന്മ കണ്ടെത്തുക.

പഠനരീതി

പരീക്ഷണരീതി

വിവരശേഖരണം

ചക്കകൾ അടുത്തുള്ള വീട്ടുവളപ്പിൽനിന്നും ശേഖരിച്ചു. ചക്കവേ
സ്റ്റുകൾ ശേഖരിച്ചു. മറ്റ് ആവശ്യമായ വസ്തുക്കൾ വീട്ടിൽനിന്നും ശേഖ
രിച്ചു മിക്സി തുടങ്ങിയവ വീടുകളിൽനിന്നും ശേഖരിച്ചു.

അപഗ്രഥനം

5 കിലോ ചക്കവേസ്റ്റ് 2 ലിറ്റർ വെള്ളത്തിൽ 30 മിനിറ്റ് നേരം വേവിച്ചു.
വെന്ത കഷ്ണങ്ങൾ അരിച്ച് വേർതിരിച്ച് മിക്സിയിൽ അരച്ചു. ഇത്
ഒരു പ്ലാസ്റ്റിക് കുപ്പിയിൽ എടുത്തു. കുപ്പിയുടെ അടപ്പിൽ 6 തുളകൾ
ഉണ്ടാക്കി. കുപ്പി ഞെക്കിയപ്പോൾ നൂഡിൽസ് പോലെയുള്ള നാരുക
ളായി ലഭിച്ചു. ഇത് വെയിലത്ത് വെച്ച് രണ്ട് ദിവസം ഉണക്കി ശേഖരി
ച്ചു. ഇതിൽനിന്നും 500 ഗ്രാം വീതം എടുത്ത് നിത്യേന നൽകുന്ന ഒരേ
രീതിയിലുള്ള ഭക്ഷണത്തിൽ കലർത്തി നൽകി. ഒരുമാസം ചക്കപെ
ല്ലറ്റ് നൽകിയും പാലിന്റെ അളവ് പട്ടികപ്പെടുത്തി.

മെയ്മാസം (സാധാരണ ഭക്ഷണം)

തീയതി	പാലിന്റെ അളവ് (ലിറ്റർ)	തീയതി	പാലിന്റെ അളവ് (ലിറ്റർ)
1.	12	16.	10
2.	11	17.	11
3.	12	18.	12
4.	11	19.	12
5.	11	20.	11
6.	11	21.	12
7.	11	22.	11
8.	12	23.	12
9.	12	24.	13
10	12	25.	12
11.	11	26.	11
12.	12	27.	10
13.	12	28.	10
14.	11	29.	11
15.	12	30.	12

ജൂൺമാസം (സാധാരണ ഭക്ഷണം + ചക്കപ്പെല്ലറ്റ്)

തീയതി	പാലിന്റെ അളവ് (ലിറ്റർ)	തീയതി	പാലിന്റെ അളവ് (ലിറ്റർ)
1.	16	16.	16
2.	17	17.	17
3.	16	18.	18
4.	15	19.	18
5.	16	20.	17
6.	16	21.	16
7.	16	22.	16
8.	15	23.	16
9.	16	24.	16
10	16	25.	16
11.	15	26.	16
12.	16	27.	16
13.	12	28.	15
14.	12	29.	16
15.	12	30.	16

നിഗമനം

പാലിന്റെ ഉല്പാദനം താരതമ്യം ചെയ്തതിൽ ചക്കപ്പെല്ലറ്റ് നൽകിയ മാസത്തിൽ പാലിന്റെ അളവ് 2 മുതൽ 4 വരെ ലിറ്റർ വർദ്ധിച്ചതായി കാണുന്നു.

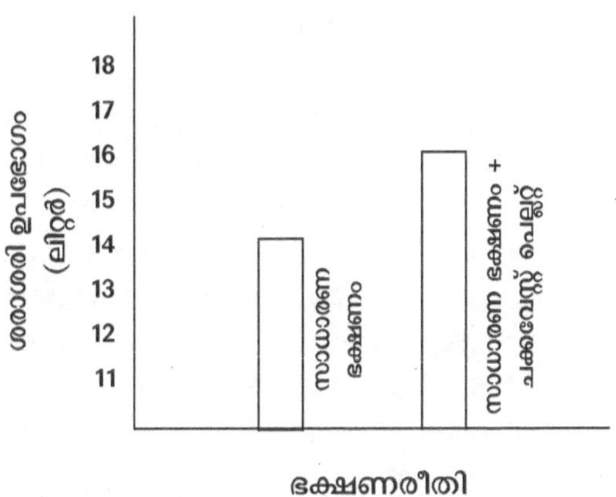

തുടർപ്രവർത്തനങ്ങൾ

1. പ്ലാവിന്റെ ഗുണങ്ങളെക്കുറിച്ചും ഭാവിയിലെ സാധ്യതകളെക്കുറിച്ചും ബോധവൽക്കരണം നടത്തി.

2. പ്ലാവിൻതൈകൾ നട്ടുപിടിപ്പിച്ചു.

3. പ്ലാവിന്റെ മൂല്യങ്ങൾ ജനങ്ങളുടെ ഇടയിലെത്തിക്കാൻ ഓപ്പൺ സെമിനാർ സംഘടിപ്പിച്ചു.

നേട്ടങ്ങൾ

1. ചക്കയിൽനിന്നുള്ള പോഷകഗുണങ്ങൾ ഏതെല്ലാമാണെന്ന് മനസ്സിലാക്കി.

2. കാലിത്തീറ്റ എന്നുള്ള നിലയിൽ ചക്കയിൽനിന്നുള്ള പാഴ്വസ്തുക്കളുടെ മേന്മ മനസ്സിലാക്കി.

3. ചക്കയുടെയും കുരുവിന്റെയും സംസ്കരണത്തിന് സഹായകമായ ഉപകരണങ്ങൾ നിർമ്മിച്ചു.

•••

പ്രോജക്ട് ഡയറി
(മാതൃക)

പ്രോജക്ട് ഡയറി ഓരോ ദിവസത്തെയും പ്രവർത്തനങ്ങൾ അതി സൂക്ഷ്മമായും വിശദമായും തീയതിവെച്ച് ഒരു നോട്ടുബുക്കിൽ എഴു തുന്നതാണ്. ഓരോ ദിവസത്തെയും പ്രവർത്തനങ്ങൾ എഴുതിയതി നുശേഷം അവസാനം Task Completed എന്നെഴുതി ടീച്ചർ ഗൈഡും വിദ്യാർത്ഥികളും ഒപ്പ് ഇടണം. മത്സരദിവസം ഈ ബുക്ക് ആകർഷ കമായ നിറം കൊടുത്തുള്ള ബോർഡർ വരച്ച് സമർപ്പിക്കേണ്ടതാണ്.

മാതൃകയായി ഇവിടെ 'ചക്ക - ഒരു ഗ്രാമീണ കൽപവൃക്ഷം' എന്ന പ്രോജക്ടിന്റെ ഡയറി ഉൾപ്പെടുത്തുന്നു.

1. ഒന്നാംദിവസം (തീയ്യതി)

"കൃത്രിമ ഭക്ഷണങ്ങൾ കഴിച്ച വിദ്യാർത്ഥി ഭക്ഷ്യവിഷബാധയേറ്റ് ആശുപത്രിയിൽ" എന്ന തലക്കെട്ടോടുകൂടിയ വാർത്ത കണ്ടപ്പോൾ, സ്കൂൾ സയൻസ് ക്ലബ്ബ് അതിനെപ്പറ്റി ചർച്ച ചെയ്തു. ഇതിനു പരി ഹാരമായി പ്രകൃതി വിഭവങ്ങൾ ഭക്ഷണത്തിൽ ഉൾപ്പെടുത്തുന്നത് നന്നായിരിക്കും എന്ന തീരുമാനം ഉണ്ടായി. ഏറ്റവും ശുദ്ധമായ പ്രകൃ തിവിഭവമായ ചക്കയെപ്പറ്റി വിശദമായി പഠനം നടത്തുവാൻ തീരുമാ നിച്ചു.

Task Completed
Teacher Guide (sd)
Student (Sd)

2. രണ്ടാംദിവസം

"കിട്ടാവുന്നത്ര പത്രത്താളുകളും പുസ്തകങ്ങളും പരിശോധിച്ച പ്പോൾ ചക്കയെപ്പറ്റി ധാരാളം അറിവുകൾ ലഭിച്ചു. ധാരാളം മൂല്യ വർദ്ധിത ഉല്പന്നങ്ങളെപ്പറ്റിയും അറിയുവാൻ കഴിഞ്ഞു. എന്നാൽ ചക്ക വേസ്റ്റ് എന്തു ചെയ്യുമെന്ന് എവിടെയും കണ്ടെത്താൻ കഴിഞ്ഞില്ല. എന്നാൽ ചക്കവേസ്റ്റ് കാലിത്തീറ്റയായി മാറ്റിയുണ്ടാകുന്ന ഈ പുതിയ മൂല്യവർദ്ധിത ഉല്പന്നം ഉണ്ടാകുവാൻ തീരുമാനിച്ചു. ഇത് പാൽ ഉല്പാ

104

ദനത്തെ ബാധിക്കുന്നുണ്ടോ എന്ന് പഠനം നടത്തുവാനും തീരുമാനിച്ചു.

Task Completed

Signature of Student

Signature of Student

3. മൂന്നാംദിവസം (3 മുതൽ 33ാം ദിവസം വരെ)

ഇതിനു മുന്നോടിയായി സ്കൂളിനടുത്തുള്ള ഒരു ക്ഷീരകർഷകന്റെ വീട്ടിൽപോയി. ഒരു നാടൻ പശുവിനെ കണ്ടു. ഓരോ ദിവസവും നൽകുന്ന ഭക്ഷണക്രമം ചോദിച്ചു മനസ്സിലാക്കി. ഓരോ ദിവസവും ലഭിക്കുന്ന പാലിന്റെ അളവ് പട്ടികപ്പെടുത്തി. അങ്ങനെ കർഷകന്റെ സഹായത്തോടെ മുപ്പത് ദിവസവും പാലിന്റെ അളവ് പട്ടികപ്പെടുത്തി.

4. 34-ാംദിവസം

ചക്കകൾ മുറിക്കുന്നതിനായി ഒരു ലഘുയന്ത്രം നിർമ്മിച്ചു. ഇതി നായി അടുത്തുള്ള ഒരു എഞ്ചിനിയറിംഗ് വർക്ഷോപ്പുകാരനെ കണ്ടു. ഞങ്ങൾ പറഞ്ഞ പ്രകാരമുള്ള ഒരു യന്ത്രം നിർമ്മിച്ചു.

5. 35-ാംദിവസം

ചക്ക പറിക്കുന്നതിനുള്ള തോട്ടിയുമായി അടുത്തുള്ള പറമ്പിൽപോ യി. മുതിർന്നവരുടെ സഹായത്താൽ 5 ചക്കകൾ ഇട്ടു.

6. 36-ാംദിവസം

ലഘുയന്ത്രം ഉപയോഗിച്ച് ഒരു ചക്ക മുറിച്ചു. ചക്കച്ചുള ഞങ്ങൾ വിദ്യാർത്ഥികൾ എല്ലാവരും കഴിച്ചു. പുറംതൊലി, മറ്റു വേസ്റ്റുകൾ സൂക്ഷിച്ചുവെച്ചു.

7. 37-ാംദിവസം

ചക്കവേസ്റ്റുകൾ അതേപടി പശുവിന് നൽകി. അപ്പോൾ പശുവിന് വയറിളക്കം പോലെയുള്ള അസ്വസ്ഥതകൾ ഉണ്ടായി. മുതിർന്ന വ്യക്തി കളുടെ അനുഭവം പങ്കുവെച്ചു. ചിലപ്പോൾ ചക്ക കഴിക്കുമ്പോൾ മനു ഷ്യനും മൃഗങ്ങൾക്കും വയറിളക്കം ഉണ്ടാകുമെന്ന് മനസ്സിലായി. ഇതിനു പരിഹാരമായി ഉണങ്ങിയ രൂപത്തിൽ ചക്കവേസ്റ്റ് നൽകാമെന്ന് തീരുമാനിച്ചു.

8. 38-ാംദിവസം

രണ്ടാമത്തെ ചക്ക ഉപയോഗിച്ച് പരീക്ഷണം നടത്തി. ചക്കവേസ്റ്റ് മിക്സിയിലിട്ട് കുഴമ്പുരൂപത്തിൽ അരച്ചു. ഒരു പ്ലാസ്റ്റിക് കുപ്പിയുടെ അടപ്പിൽ 6 ദ്വാരങ്ങൾ ഉണ്ടാക്കി. പ്ലാസ്റ്റിക് കുപ്പിയിൽ കുഴമ്പ് എടുത്തു. മുറുകെ അടച്ചു. പ്രസ്സ് ചെയ്തപ്പോൾ നൂഡിൽസ് പോലെയുള്ള

പദാർത്ഥം ലഭിച്ചു. ഇത് ആവിയിൽ വേവിച്ചു രണ്ട് ദിവസം വെയിലത്ത് വച്ച് ഉണക്കി.

9. 39-ാംദിവസം

രണ്ടുദിവസം കഴിഞ്ഞപ്പോൾ പെല്ലറ്റ് പൂർണ്ണമായും ഉണങ്ങി. കുപ്പി യിൽ അടച്ചു സൂക്ഷിച്ചു.

10. 40-ാംദിവസം

മറ്റു ചക്കകളും ഇതേ രീതിയിൽ പെല്ലറ്റുകളാക്കി ഉണക്കി സൂക്ഷി ച്ചു. ആകെ 5 കി.ഗ്രാം പെല്ലറ്റ് ലഭിച്ചു.

സാധാരണ ഭക്ഷണത്തിന്റെ കൂടെ രാവിലെയും വൈകുന്നേരവും 100 ഗ്രാം വീതം പെല്ലറ്റുകൾ നൽകി. പാലിന്റെ അളവ് അടുത്ത 30 ദിവസങ്ങളിലും പട്ടികപ്പെടുത്തി.

11. 70-ാംദിവസം

സാധാരണ ഭക്ഷണം നൽകിയ സമയത്ത് ലഭിച്ച പാലിന്റെ അളവും ചക്കവേസ്റ്റ് നൽകിയപ്പോൾ ലഭിച്ച പാലിന്റെ അളവും താരതമ്യ പഠ നത്തിന് വിധേയമാക്കി. അപ്പോൾ ലഭിച്ച പാലിന്റെ അളവിൽ 2-4 ലിറ്റർ വരെ വർദ്ധനവ് ഉണ്ടായതായി കണ്ടു.

12. 71-ാംദിവസം

ചക്കവേസ്റ്റിലും പോഷകഗുണങ്ങൾ ഉണ്ടെന്നും അത് കന്നുകാലി കൾക്ക് ആഹാരമായി നൽകാമെന്ന നിഗമനത്തിൽ എത്തി. ഈ വിവരം പഞ്ചായത്ത് അധികാരികളെയും കുടുംബശ്രീ അംഗങ്ങളെയും അറി യിച്ചു.

13. 72-ാംദിവസം

പ്രോജക്ട് റിപ്പോർട്ട് എഴുതുവാൻ ആരംഭിച്ചു.

14. 73-ാംദിവസം

പ്രോജക്ട് റിപ്പോർട്ട് എഴുതി പൂർത്തിയാക്കി എല്ലാവർക്കും നന്ദി അറിയിച്ചു.

15. 74-ാംദിവസം

മത്സരദിവസം വന്നെത്തി. മത്സരങ്ങൾക്ക് ശരിയായ വിധത്തിൽ തയ്യാറായി. പ്രോജക്ട് റിപ്പോർട്ട്, പ്രോജക്ട് ഡയറി എന്നിവ സമർപ്പി ച്ചു.

Task Completed

Teacher Guide (sd)

Student (Sd)

•••

References

വിക്കിപ്പീഡിയ,
ഇന്റർനെറ്റ്,
ശാസ്ത്ര പുസ്തകങ്ങൾ,
വർത്തമാനപത്രങ്ങൾ